તાલુકા પંચાયતના સભ્યોની સામાજીક અને આર્થિક પાર્શ્વભૂમિકા

:: Author ::

Dr. Rakesh D. Bhedi

(M.A.,M.phil.,G-SET., Ph.D)

PUBLISHED BY

The New Era International Publishing House
HQ. At & Po. Chaveli., Ta- Chansma,
Dist- Patan, North Gujarat, India, Asia.
www.iphouseindia.com

First Publication: 11th March, 2015

Copyright: Author

(c) **Dr. Rakesh D. Bhedi**

ISBN:- 978-15-08949-81-7

Price: Rs.750/- INDIA

$ 15 OUTSIDE INDIA

PUBLISHED BY

The New Era International Publishing House
HQ. At & Po. Chaveli., Ta- Chansma,
Dist- Patan, North Gujarat, India, Asia.
www.iphouseindia.com

૧. પ્રસ્તાવના :

વેદો અને જાતક કથાઓથી માંડીને ઋગ્વેદની ઋચાઓમાં પંચાયત વ્યવસ્થાનું વર્ણન જોવા મળે છે. મહાભારતના શાંતિપર્વમાં ગ્રામસભાનો અને કૌટિલ્યના અર્થશાસ્ત્રમાં 'ગ્રામ પંચાયત' નો નિદર્શ જોવા મળે છે. અહીં માલવ, લિસ્છવી, વૈશાલી જેવા ગણરાજયો હતા. આજની સંસદના આદિરૂપ જેવા સંથાગારો હતા અને એમાં શલાકા દ્વારા મતદાન થતું હતું. ઇ.સ.પૂર્વે આઠમી સદીથી ઇ.સ.પૂર્વે બીજી સદી સુધી ગણરાજયો અને તેની વ્યવસ્થાને પ્રાધાન્ય અપાયું હતું. બ્રિટિશ શાસનકાળ દરમ્યાન ૧૭૯૩ માં મુંબઇ, મદ્રાસ અને કલકત્તા જેવા નગરોમાં મ્યુનિસિપલ તંત્ર દાખલ કરવામાં આવ્યું. ૧૮૪૨ માં બંગાળામાં સુધારાઓ સ્થાપવા માટેનો કાયદો ઘડાયો. ૧૮૭૦ માં લોર્ડ મેયોના ઠરાવથી ગ્રામકક્ષાએ સ્થાનિક સ્વરાજની સંસ્થા શરૂ કરવાનું વિચારાયું અને પરિણામે ૧૮૭૧ માં 'લોકલ સેલ્ફ ગર્વમેન્ટ એકટ' પસાર થયો. સ્થાનિક સ્વરાજના પિતા ગણાતા લોર્ડ રિપને ૧૮૮૨ માં સ્થાનિક સ્વરાજયની સંસ્થાઓમાં

લોકપ્રતિનિધિત્વ દાખલ કર્યું. જેનું વ્યવસ્થિત અમલીકરણ ૧૯૦૭ થી થયું. ૧૯૧૯ થી ૧૯૨૨ ના સમયગાળામાં પંચાયતોની રચના સંબંધી કાનૂની પગલાં (૧૯૨૦ ના મુંબઇ રાજય ગ્રામ પંચાયત ધારા જેવા) તે વખતે તેમાં અમલદારો અને જમીનદારોની નિમણુંક થતી. આમ જુની પંચાયત સંસ્થાઓમાં લોકશાહી નહોતી, ચૂંટણીનું તત્વ ન હોતું. હોદ્દો વારસાગત હતો, પરંતુ ૧૯૩૮ ના કાયદા દ્વારા નિમણૂંક પ્રથા લગભગ ખતમ થઇ અને લોકોના ચૂંટાયેલા પ્રતિનિધિઓ દ્વારા જિલ્લા-તાલુકા બોર્ડોનો વહીવટ ચાલતો થયો. સ્વતંત્રતા બાદ રાષ્ટ્રનો અને ગામડાનો સામૂહિક વિકાસનો કાર્યક્રમ પંચવર્ષીય યોજનાઓ દ્વારા ૧૯૫૨ થી શરૂ કરવામાં આવ્યો. ગામડાના સર્વાંગિક વિકાસ માટે અનેક કાર્યક્રમો ઘડયા.

સામૂહિક વિકાસની પ્રવૃત્તિને વેગ આપવાના હેતુથી વિકાસ મંડળો પણ શરૂ થયા. ગામડાનાં આર્થિક અને સામાજિક વિકાસ માટેની રાષ્ટ્રીય સેવા યોજનાઓમાં સક્રિય થવા ગ્રામજનતાને જાગૃત કરે એવી અપેક્ષા વિકાસમંડળો પાસે રાખવામાં આવેલી.

પરંતુ લોકો તેમાં જાગૃત થયા નહિ. તે લોકોની યોજના ન બની. પંચવર્ષીય યોજનાઓ સામૂહિક વિકાસ યોજનાઓ અને વિકાસ ઘટકો એ તો સરકારી કાર્યક્રમ છે. એ સરકારનું કામ છે અને સરકાર કરશે એવી ઉદાસીનતા લોકોમાં દેખાઇ. ગામડાના બહુજન સમાજને સામૂહિક વિકાસ કાર્યક્રમ આપણા લોકોનો કાર્યક્રમ છે તો લોકોએ જ એ પુરો કરવો જોઇએ એવી અપેક્ષિત ભાવના ન જાગી. તેનાથી લોકો નિરુત્સાહી બનવા લાગ્યા. કારણ કે ગ્રામસ્વરાજયની પાયાની સંસ્થા પંચાયતને ભૂલી જવામા આવી હતી. ગ્રામ વિકાસના અર્થે હાથ ધરેલ આ યોજનાઓમાં લોકોને સાચા અર્થમાં ભાગીદાર બનાવવા માટે રાજય સરકારમાં કેન્દ્રિત થયેલી સત્તા અને વહીવટનું વિકેન્દ્રીકરણ કરી ગ્રામ કક્ષાથી માંડીને જિલ્લા કક્ષા સુધી લોકશાહી માળખાનું નિર્માણ કરવાનું અનિવાર્ય જણાયું અને તે માળખું એ પંચાયતીરાજ. કોઈપણ સમાજવ્યવસ્થા અને તેના યોગ્ય સંચાલન માટે રાજકીય વ્યવસ્થા ખૂબ જ જરૂરી છે. દેશના રાજકારણમાં રાજકીય નેતાઓની ભૂમિકા મહત્વની બની રહે છે. એસ.સી.દુબે પણ

Leadership in India ના આમુખમાં વિકસતા દેશોમાં રાજકીય પ્રક્રિયાઓના અભ્યાસ ઘણું મહત્વનું સ્થાન ધરાવે છે. તેઓ (સંપાદક : એલ.પી.વિદ્યાર્થી, ૧૯૬૩ આમુખમાં) જણાવે છે કે રાજકીય ક્ષેત્રોમાં ભાગ ભજવતી વ્યકિતઓના જ્ઞાન, લાગણી અને મૂલ્યો પ્રવર્તમાન રાજકીય વ્યવસ્થા અંતર્ગત હોય છે. સ્વતંત્રતા બાદ પંડિત જવાહરલાલ નહેરુએ પંચાયતોને અસરકારક બનાવવા પર ભાર મૂકયો અને વિકેન્દ્રીત વિકાસ યોજનાઓને બદલે તેમણે પંચાયતીરાજ શબ્દ આપ્યો. ગ્રામ, તાલુકા કે જિલ્લા કક્ષાએ પંચાયતી રાજનું માળખું કેવું છે તેનો અભ્યાસ કરી સુધારા કરી ફરીથી પંચાયતીરાજનું માળખું કેવી રીતે ગોઠવવું તેનો અભ્યાસ કરવા બળવંતરાય મહેતા સમિતિએ અભ્યાસ કરી

નીચે મુજબના સુચનો જણાવ્યા હતા.

૧. ત્રણ સ્તરની પંચાયતોનું સર્જન કરવું.

૨. પંચાયતની ત્રણેય સંસ્થા (ગામથી જિલ્લા) પરસ્પર સંકળાયેલી હોવી જોઇએ.

૩. સત્તા અને અધિકારોની સોંપણી સાચા અર્થમાં થવી જોઈએ.

૪. જવાબદારી અદા કરવા સંસ્થાને પુરતા પ્રમાણમાં આવકના સાધનો સોંપવા જોઈએ.

૫. વિકાસના બધા કાર્યો ત્રણેય સંસ્થાની મારફતે થવા જોઈએ.

બળવંતરાય મહેતા સમિતિએ તો ત્રણ સ્વરૂપની પંચાયત જેમાં ગ્રામપંચાયત, તાલુકા

પંચાયત સમિતિ અને જિલ્લા પરિષદ જેવા નામ સુચવ્યા હતા.

દેશભરમાં સૌ પ્રથમ રાજસ્થાનમાં ૧૯૫૮માં ૧૯૫૯ નવેમ્બરથી આંધપ્રદેશમાં ૧૯૬૨નાં મે માસથી મહારાષ્ટ્રમાં અને તા. ૧-૫-૧૯૬૩ નાં દિવસથી ગુજરાતમાં પંચાયતીરાજની શરૂઆત થઇ હતી. પંચાયતીરાજનું માળખું ત્રિસ્તરીય હતું. જેમાં ગ્રામપંચાયત, તાલુકા પંચાયત અને જિલ્લા પંચાયતનો સમાવેશ થાય છે. સ્વ. રાજીવ ગાંધીનું સ્વપ્ન હતું કે પંચાયતી રાજ એટલે લોકોના

હાથમાં સત્તા અને સાચા અર્થમાં સત્તાનું વિકેન્દ્રીકરણ છે. આથી સ્વ. ગાંધીએ પંચાયતીરાજને વૈધાનિક દરજ્જો આપવા માટે ૧૫ મે-૧૯૮૯ ના રોજ રાજય બંધારણમાં ૭૩માં સુધારાનું બીલ લોકસભામાં રજૂ કર્યુ. પણ રાજયસભામાં પ્રસાર થઇ શકયું નહીં. પછી વી.પી.સિંહ વડાપ્રધાન થયા અને બંધારણમાં ૭૩માં સુધારાનું બીલ ૧૭ સપ્ટેમ્બર, ૧૯૯૦ ના દિવસે દાખલ કરવામાં આવ્યું. ૯ નવેમ્બર, ૧૯૯૦ ના રોજ વી.પી.સિંહ વડાપ્રધાન મટી જતા એ બિલની ચર્ચા થઇ નહીં. પછી નરસિંહ રાવની સરકારે સપ્ટેમ્બ્ર ૧૯૯૧ માં લોકસભામાં ફરી એ બિલ રજૂ કર્યુ અને લોકસભા તથા રાજયસભાએ તેને બહાલી આપી. એટલે ભારતીય બંધારણનાં ૭૩માં સુધારાનો કાયદો તા. ૨૪-૪-૧૯૮૪ ના રોજ અમલમાં મૂકાયો છે. જે મહિલાઓને સ્થાનિક પંચાયતોમાં ૩૩ ટકા સ્થાન આપે છે.

સાંપ્રત સમયમાં ગ્રામપંચાયતથી માંડીને છેક રાષ્ટ્રીય સ્તર સુધી રાજકારણ અને સત્તાસ્થાનો, રાજકીય નેતાની ભૂમિકા મહત્વની છે. એટલું જ નહીં પરંતુ નેતૃત્વનો વિકાસ થયો છે.

પંચાયતીરાજમાં ખાસ કરીને તાલુકા પંચાયતમાં ગ્રામીણ વિસ્તારના વિકાસ અને સામાજિક પરિવર્તન માટે પાયાનું એકમ છે. ગામડાના લોકો દ્વારા ચુંટાયેલા ગ્રામીણ વિસ્તારના પ્રતિનિધિ સભ્ય બને છે. આ રીતે ગ્રામીણ વિસ્તારના વિકાસમાં તાલુકા પંચાયત અગત્યનું એકમ બની રહે છે. પ્રસ્તુત સંદર્ભમાં તાલુકા પંચાયતના વિવિધ સભ્યોની સ્થિતિ તેની કાર્યશૈલી દ્વારા કેવો ગ્રામીણ વિસ્તારનો વિકાસ થયો છે ?, ગ્રામીણ વિસ્તારના વિકાસ સામે કયા કયા અવરોધો છે ? તેના ઉકેલ માટે શું થઇ શકે ? વગેરે પ્રશ્નો જાણવા સમજવા માટે તાલુકા પંચાયતમાં સભ્યોની કામગીરી અને સમસ્યાઓ : એક સમાજશાસ્ત્રીય અભ્યાસ ગુજરાત રાજયનાં દાહોદ અને પંચમહાલ જિલ્લાનાં સંદર્ભમાં કરવામાં આવ્યો છે.

મનુષ્ય એક સામાજિક પ્રાણી છે. જે જિજ્ઞાસાવૃત્તિ ધરાવે છે. દરેક સમાજમાં જુદા જુદા પ્રકારની માહિતીની નોંધ પ્રાપ્ત થાય છે અને રોજબરોજના જીવનમાં તે માહિતીને પદ્ધતિસરના ખુલાસાત્મક સ્વરૂપમાં રજૂ કરવામાં આવતી હોય છે. આ પ્રક્રિયાનું

પરિણામ જ્ઞાન છે. દરેક પ્રશ્નોના જવાબો જુદા જુદા પ્રશ્નો અને ધારણાઓનું સૂચન કરે છે. સંશોધક પણ સંશોધન પ્રક્રિયાની મદદ વડે જ્ઞાન પ્રાપ્ત કરવાનો પ્રયત્ન કરે છે. જ્ઞાન પ્રાપ્ત કરવાની અનેક પદ્ધતિઓ છે. તેમાંની કેટલીક ઓછી વૈજ્ઞાનિક છે અને કેટલીક વધારે વૈજ્ઞાનિક છે. જ્ઞાન પ્રાપ્તિની જે પદ્ધતિમાં વૈજ્ઞાનિક પદ્ધતિનો ઉપયોગ વિશેષ પ્રમાણમાં કરવામાં આવે તે વધુ વૈજ્ઞાનિક પદ્ધતિ માનવામાં આવે છે. સંશોધન તે પ્રક્રિયા છે. જેમાં વૈજ્ઞાનિક પદ્ધતિનો ઉપયોગ કરીને જ્ઞાન પ્રાપ્ત કરવાનો પ્રયત્ન થાય છે. સંશોધન એ જિજ્ઞાસાથી શરૂ થાય છે. હકીકતો પ્રાપ્ત કરવાનો પ્રયત્ન થાય છે અને તેને અર્થપૂર્ણ ઢબમાં ક્રમ પ્રમાણે રજૂ કરવામાં આવે છે. સામાજિક સંશોધનની કેટલાક વિદ્વાનોએ વ્યાખ્યા આપી છે. તેના આધારે પણ સંશોધન શું છે ? તે વિશે વિગતે સમજી શકાય. બ્લેક ચેમ્પિયલન (૧૯૭૬) ''વૈજ્ઞાનિક સંશોધન અનુભવજન્ય અવલોકનો દ્વારા માહિતી એકત્ર કરવા સાથે સંબંધ ધરાવે છે. કે જે માહિતી પરિવર્ત્યો વચ્ચેના તાર્કિક આંતરસંબંધો વિષેની ધારણાઓના પદ્ધતિસરના

વિકાસમાં ઉપયોગી થાય છે.'' મેનહીમ (૧૯૭૭) સંશોધન એટલે વિશિષ્ટ વિષયવસ્તુનું સાવચેતીપૂર્ણ ખંતપૂર્વકની સંપૂર્ણ શોધ છે. જેનો હેતુ માનવજગતના જ્ઞાનમાં વધારો કરવાનો હોય છે. જહોન

બેસ્ટ (Johb Best 1977) ના મતે સંશોધન એ વધારે વ્યવસ્થિત પદ્ધતિસરની પ્રવૃત્તિ છે કે જે જ્ઞાનની સંગઠિત શાખના વિકાસ તરફ અને શોધ તરફ અભિમુખ થયેલી હોય છે. પ્રો. ગોપાલ (૧૯૬૪) ના મતે વસ્તુલક્ષી અને ચકાસણીજન્ય પદ્ધતિઓ દ્વારા હકીકતો શોધવા માટેની તથા હકીકતો વચ્ચેનો સંબંધ શોધવા માટે અને તેના આધારે સિદ્ધાંત કે નિયમો તારવવા માટેની વ્યવસ્થિત તપાસને સંશોધન કહી શકાય. પોલિન યંગ (૧૯૬૮) સામાજિક સંશોધન એક વૈજ્ઞાનિક સાહસ છે. જે તાર્કિક અને પદ્ધતિસરની પદ્ધતિઓની મદદ વડે નવી હકીકતોની ક્રમબદ્ધતા તેમની વચ્ચેના પારસ્પરિક સંબંધો અને કાર્યકારણની સમજૂતી આપવાનું તથા માનવવર્તનનો વિશ્વસનીય અને યથાર્થ અભ્યાસ કરવાનું સુગમ બનાવવા નવા વૈજ્ઞાનિક ઉપકરણો,

ખ્યાલો અને સિદ્ધાંતો વિકસાવવાનાં ધ્યેયો ધરાવે છે. ટૂંકમાં, સંશોધનનો શાબ્દિક અર્થ પુનઃશોધ થાય છે. તે ફરી ને ફરી કરવાની શોધની પ્રક્રિયાનો નિદર્શ કરે છે. વૈજ્ઞાનિક અભ્યાસ અને સંશોધનના ધ્યેયની દ્રષ્ટિએ આ અર્થ ઘણો સુચક છે. સંશોધન પ્રશ્નની શરૂઆત કોઈ બૌદ્ધિક અથવા વ્યવહારલક્ષી પ્રશ્ન કે સમસ્યાથી થાય છે. તપાસ હેઠળની ઘટનાનું સ્વરૂપ કેવું છે ? તેની સાથે કયાં પરિબળો સંકળાયેલા છે ?, તેમાંથી કયાં પરિબળો કેટલે અંશે તે ઘટનાના કારણો તરીકે ભાગ ભજવે છે ? કેવી રીતે ભાગ ભજવે છે ? વૈજ્ઞાનિક પદ્ધતિનો ઉપયોગ કરીને આવા પ્રશ્નોના જવાબો મેળવવા માટેની પુનઃ પુનઃ તપાસ અથવા ખોજ એટલે સંશોધન.

૨. સંશોધન પરત્વેના વિવિધ અભિગમો :

ડીકશન અને અન્ય વિદ્વાનો (૧૯૮૭:૧૧ થી ૨૭) સંશોધન પ્રત્યેના વિવિધ અભિગમોની વિગતવાર ચર્ચા કરે છે. તેઓ દર્શાવે છે કે સંશોધનને સમજવા માટે સંશોધન પરત્વેના વિવિધ અભિગમોને સમજવા જરૂરી છે. સંશોધન એ જ્ઞાનપ્રાપ્તિનો માર્ગ

છે. વિવિધ વ્યકિતઓ સંઘર્ષાત્મક અથવા પરસ્પર વિરોધી દાવાઓ દ્વારા ઘટના અથવા બનાવને સમજાવવાનો પ્રયત્ન કરે છે. તેમાંથી કયો દાવો સાચો અથવા વૈજ્ઞાનિક છે તે સમજવા માટે સંશોધન જરૂરી છે. સંશોધનના પરિણામે વિવિધ ઘટનાઓ કે બનાવોની વાસ્તવિક સમજ અને અનુભવજન્ય જ્ઞાન પ્રાપ્ત કરી શકાય છે. વિચારોને ચકાસી શકાય છે. તેથી જ કહેવામાં આવે છે કે સંશોધન એ જ્ઞાન પ્રાપ્તિનો શિસ્તબદ્ધ અને વ્યવસ્થિત માર્ગ છે. સંશોધનને એક પ્રક્રિયા તરીકે પણ વર્ણવવામાં આવે છે. સંશોધન કરવું એટલે ચોકકસ પ્રક્રિયામાં દાખલ થવું અને પ્રક્રિયા એટલે એકબીજા સાથે સંકળાયેલી શ્રેણીબદ્ધ પ્રવૃત્તિઓની હારમાળા જેમાં શરૂઆતથી અંત સુધીમાં વિવિધ તબક્કાઓ જોવા મળે છે. આ અર્થમાં સંશોધન પણ એક પ્રક્રિયા છે. સંશોધન પ્રક્રિયા એ જડ પ્રક્રિયા નથી. જડ પ્રક્રિયાએ એવી પ્રક્રિયા છે કે જેમાં પ્રથમ સોપાન પૂરૂ કર્યા બાદ જ બીજું સોપાન શરૂ થાય છે. તેની સાથે સંશોધનમાં એ બાબત સ્વીકારવામાં આવે છે કે સંશોધનમાં પ્રથમ તબક્કાને જો કાળજીપૂર્વક અમલમાં મૂકવામાં

ન આવે તો બાકીની સંશોધન પ્રક્રિયા નબળી પડે છે. અથવા વધારે મુશ્કેલ બને છે. જે વિદ્ધાનોએ અનેક સંશોધનો કરેલા હોય છે તેવા વિદ્ધાનો પોતાના સંશોધન અનુભવોના આધારે સંશોધન પ્રક્રિયાના વિવિધ તબક્કાઓમાંથી પસાર થવાની બાબતને વિશિષ્ટ ઢબથી નકકી કરતા હોય છે. દરેક સંશોધક સંશોધન કરતી વખતે કોઈ નિશ્ચિત ઢબ સ્વીકારે છે. એ અર્થમાં કહી શકાય કે સંશોધન પ્રક્રિયાના વિવિધ તબક્કાની સામાન્ય હારમાળા રહેલી છે. સંશોધનને જયારે પ્રક્રિયા તરીકે વર્ણવવામાં આવે છે ત્યારે સંશોધનના કેટલાક સામાન્ય તબક્કાઓ પણ સ્વીકારવામાં આવે છે. પ્રથમ તબકકામાં સંશોધન પ્રશ્નની પસંદગી અને ઘડતર કરવામાં આવે છે અને સંશોધન પદ્ધતિ પસંદ કરવામાં આવે છે. બીજા તબકકામાં સંશોધક સંશોધન પ્રશ્નને લગતા પુરાવાઓ એકત્રિત કરે છે. જેને માહિતીનું એકત્રિકરણ કહેવામાં આવે છે અને ત્રીજા તબકકામાં સંશોધક માહિતીનું વિશ્લેષણ અને અર્થઘટન કરે છે. એટલે કે જે સંશોધન પ્રશ્ન વિશે માહિતી એકત્રિત કરવામાં આવી હોય છે. તેના વિશેના પુરાવાઓનું

પૃથક્કરણ કરીને તારણો તારવે છે અને સંશોધનની મર્યાદાઓનો સ્વીકાર કરે છે.

સંશોધન એ પ્રશ્નોના જવાબો મેળવવા માટેનો શિસ્તબદ્ધ માર્ગ છે. સંશોધનનો આ અર્થ સંશોધન પ્રશ્નોના જવાબો મેળવવાના અન્ય માર્ગોથી જુદો પાડે છે. સંશોધન એ શિસ્તબદ્ધ પ્રક્રિયા છે. એટલે કે સંશોધન દ્વારા પ્રાપ્ત થતા જવાબો વધારે આધારભૂત અને વિશ્વસનીય હોય છે. શિસ્તબદ્ધ પ્રક્રિયામાં મહત્વની બાબત એ છે કે સંશોધક પોતાના સંશોધન પ્રશ્નને લગતા (યોગ્ય) પ્રશ્નો પૂછવા જરૂરી છે. સંશોધકને સંશોધન કરવા માટેની પ્રેરણા અનેક પરિબળોમાંથી પ્રાપ્ત થતી હોય છે અને તેના પરિણામે સંશોધકના મનમાં અનેકવિધ પ્રશ્નો પણ ઉદ્ભવતા હોય છે. સંશોધકે સંશોધન માટે એવા પ્રશ્નની પસંદગી કરવી જોઇએ કે જે સંશોધનક્ષમ હોય. સંશોધનક્ષમ પ્રશ્નોની મુખ્ય બે પાયાની લાક્ષણિકતાઓ છે.

૧. સંશોધનક્ષમ પ્રશ્નો, સમય, સ્થાન અને શરતો (પરિસ્થિતિઓ) ના સંદર્ભમાં ચોકકસ અને મર્યાદિત સ્વરૂપના

હોય છે. સંશોધનક્ષમ પ્રશ્ન એ વ્યાપક પ્રશ્નના એક નાનકડા ભાગ સમાન હોય છે. સંશોધકે વિશાળ સળગતા બનાવોને બાજુએ મૂકી નાનકડા અને પહોંચી વળી શકાય તેવા પ્રશ્નની સંશોધન માટે પસંદગી કરવી જોઈએ. છ્વશાળ પ્રશ્નોના જવાબ આપ્યા વગર છોડી દેવા કરતાં નાના પ્રશ્નોના જવાબ આપવો વધારે મહત્વની બાબત છે.

૨. સંશોધનક્ષમ પ્રશ્નની બીજી લાક્ષણિકતા એ છે કે તેના વિશે નિરીક્ષણ કરી શકાય, ગણતરી કરી શકાય, તેવા પુરાવાઓ મેળવી શકાય અને પ્રશ્નને અનુરૂપ માહિતી એકત્રિત કરી શકાય તેવા વાસ્તવિક પ્રશ્નને સંશોધન માટે પસંદ કરવા જરૂરી છે. સંશોધન એ નિરીક્ષણ કરી શકાય તેવા અને માપી શકાય તેવા પાસાંઓનો અભ્યાસ છે.

સંશોધન પ્રશ્નની પસંદગી વ્યવહારું બાબતોમાંથી અથવા તો વૈજ્ઞાનિક કે બૌદ્ધિક રસમાંથી થતી હોય છે. વ્યવહારું પસંદગીથી થતાં સંશોધનનો હેતુ માનવકલ્યાણ સાથે રહેલો છે, જયારે વૈજ્ઞાનિક કે બૌદ્ધિક પસંદગીથી થતા સંશોધનોનો હેતુ જ્ઞાન

મેળવવાની પ્રક્રિયા સાથે સંકળાયેલો છે. વૈજ્ઞાનિક તથા બૈદ્ધિક સંશોધનોનો વ્યવહારું ક્ષેત્રે પણ ઉપયોગ કરી શકાય છે. સંશોધન પ્રશ્નની પસંદગીમાં આ ઉપરાંત વ્યકિતગત પરિબળો પણ સંકળાયેલા છે. જેવા કે વ્યકિતનાં મૂલ્યો, વલણો વગેરે ઘણી વખત પ્રતિષ્ઠાના હેતુથી પ્રેરાઇને પણ સંશોધનની પસંદગી હાથ ધરવામાં આવે છે. તેમાં પણ એવા વિષયક્ષેત્રની પસંદગી કરવામાં આવે છે. જે વિષયક્ષેત્રના અભ્યાસની સમાજમાં વધુ ઉપયોગિતા હોય. ઘણી વખત સમાજમાં મહત્વ ધરાવતા ક્ષેત્રના અભ્યાસ માટે સરકાર તરફથી નાણાંકીય સુવિધા પણ પૂરી પાડવામાં આવે છે. સાધુ અને સીંગ (૧૯૮૫) સંશોધન પ્રશ્નની પસંદગી નીચે મુજબની બાબતો દ્વારા થતી હોવાનું જણાવે છે. શ્રીમતી યંગ સંશોધન વિષયની પસંદગી વખતે નીચેની બાબતોને મહત્વની નોંધે છે. વિષયક્ષેત્રને સમજવાની સંશોધકની શકિત, સાધનોની મર્યાદા, પ્રયુકિતની ઉપલબ્ધતા, પ્રમાણભૂત અને વિશ્વસનીય માહિતી મળવાની સંભાવના વિષયપસંદગી અંગત રસ ડિગ્રીની જરૂરિયાત વલણો જેવા વ્યકિતગત પરિબળોને લક્ષમાં રાખીને

કરવામાં આવે છે. પ્રસ્તુત સંશોધન વિષયની પસંદગી નીચેની બાબતોને લક્ષમાં રાખીને કરવામાં આવી હતી.

૧. સમાજશાસ્ત્ર વિષયમાં એમ.ફિલ. કક્ષાએ તૈયાર થયેલા શોધનિબંધો વાંચતા એવું જણાયું કે અનેકવિધ વિષયો અંગે શોધનિબંધો તૈયાર થયાં છે. વળી કેટલાંક વિષયો અંગે સતત અભ્યાસો થતાં રહ્યા છે. દા.ત. જ્ઞાતિ, કુટુંબજીવન, લગ્ન જેવા કેટલાંક સામાજિક પ્રશ્નો પર. પરંતુ કેટલાક અભ્યાસો મહિલા સરપંચો અને મહિલા નેતૃત્વ અંગે ખાસ કરીને ૧૯૯૫ થી ૨૦૦૨ ની આજુબાજુ થયેલા હતાં. આ અભ્યાસો વાંચતા મેં તાલુકા પંચાયતમાં સભ્યોની કામગીરી અને સમસ્યાઓ અંગેનો અભ્યાસ કરવાનું વિચાર્યું અને નકકી કર્યુ.

૨. પ્રસ્તુત સંશોધન વિષય સંશોધનકર્તાના વ્યકિતગત મૂલ્યો અને માન્યતાઓથી પ્રભાવિત ન હતો. માટે આ વિષય પસંદ કર્યો.

૩. પ્રસ્તુત સંશોધન વિષય સમાજ ઉપયોગી છે. જેમાં ખાસ તો પંચાયતમાં સહભાગી મહિલાઓની કામગીરી અને તે અંગેની

નીતિમાં સુધારા-વધારા કરવામાં પ્રસ્તુત સંશોધન ઉપયોગી બનશે. માટે આ વિષય પસંદ કર્યો.

૪. વર્તમાન સમયમાં પંચાયતમાં મહિલાની ભાગીદારી અને પંચાયતના વિવિધ ક્ષેત્રોને અને પરિણામે પંચાયતમાં મહિલા નેતૃત્વનો ઉદ્‌ભવ થયો. આથી તે અંગે વાસ્તવિક માહિતી મેળવવા માટે આ વિષય પસંદ કરવામાં આવ્યો હતો.

૫. મારી જાણ છે ત્યાં સુધી આ વિષય અંગે ખાસ કરીને દાહોદ અને પંચમહાલ જિલ્લાને લક્ષમાં રાખીને વ્યવસ્થિત વૈજ્ઞાનિક અભ્યાસો થયા નથી. માટે આ વિષય પર અભ્યાસ કરવાનું વિચાર્યું અને નકકી કર્યુ.

૬. સંશોધક પોતે તે વિસ્તારનો વતની છે. તેથી સરળતાથી અને વિશ્વસનીય માહિતી મળી રહે તે માટે પ્રસ્તુત સંશોધન વિષય પસંદ કર્યો છે.

અભ્યાસ પ્રશ્નની પસંદગી માત્રથી જ કોઇ સંશોધકને માહિતી એકત્રિત કરવા માટે સંશોધનમાં કઇ પદ્ધતિનો ઉપયોગ કરવો, માહિતીનું કઇ રીતે વિશ્લેષણ કરવું તે અંગે દિશાસુચન મળી જતું

નથી. તેથી સંશોધક પ્રસ્તુત પગલાંઓ તરફ આગળ વધે તે પહેલાં તેણે તેના અભ્યાસ ક્ષેત્રમાંથી કોઇ ચોકકસ પ્રશ્નનું ઘડતર કરવું જોઇએ. જેમાં વૈજ્ઞાનિક પદ્ધતિ દ્વારા તેને લગતી માહિતી મેળવી શકાય તેમજ પ્રશ્નને વિવિધ સૈદ્ધાંતિક માળખામાં એવી રીતે ગોઠવવો કે જે અંગેની માહિતી વૈજ્ઞાનિક પદ્ધતિઓ દ્વારા મળી શકે. સંશોધન પ્રશ્નના ઘડતરમાં નીચેની બાબતોનો સમાવેશ થઇ શકે.

(૧) પ્રશ્નની ઓળખ અને તેના પ્રત્યુત્તરની જરૂરિયાત આ પગથિયા વિના સંશોધન આગળ વધી શકે નહિ. કેમ કે જયાં સુધી પ્રશ્નની સ્પષ્ટતા થાય નહિ ત્યાં સુધી તેનો યોગ્ય ઉકેલ પણ સૂચવી શકાય નહિ. દા.ત. ભારતમાં શ્રમિકોનો કાર્ય પરત્વેનો અભિગમ તે પણ સ્પષ્ટ થતું નથી. પરંતુ અહીં આગળ કોઇ એક ઉધોગમાં અમુક વિભાગમાં કામ કરતા શ્રમિકોનો તેમના કાર્ય પરત્વેનો અભિગમ સ્પષ્ટ કરીને સંશોધન પ્રશ્નની સ્પષ્ટ ઓળખ કરી શકાય. આ રીતે પ્રશ્નની ચોકકસ પસંદગી કર્યા બાદ આપણે પ્રતિપાદિત સિદ્ધાંતનો ખ્યાલ કરવો જોઇએ.

પ્રસ્તુત અભ્યાસ પરિચયાત્મક તથા વર્ણનાત્મક સ્વરૂપનો છે અને તેમાં ઉપકલ્પનાઓ નકકી કરી ચકાસવામાં આવી નથી. પ્રસ્તુત અભ્યાસમાં નીચેના પ્રશ્નો અંગેનો અભ્યાસ હાથ ધરવાનું નકકી કરવામાં આવ્યું છે.

૧. પંચાયતીરાજની પૃષ્ઠભૂમિકા તપાસવી.

૨. તાલુકા પંચાયતના સભ્યોની સામાજિક-આર્થિક સ્થિતિ જાણવી.

૩. તાલુકા પંચાયતના સભ્યોની કામગીરી તપાસવી.

૪. તાલુકા પંચાયતના સભ્યોની સમસ્યાઓની જાણકારી મેળવવી.

૫. તાલુકા પંચાયતના સભ્યોની ગ્રામીણ વિકાસમાં અવરોધક પરિબળો જાણવા અને તેના ઉપાયો શોધવા.

૬. તાલુકા પંચાયતના વિકાસના પ્રશ્નો જાણવા.

૭. તાલુકા પંચાયતના સભ્યોની ફરજો અને ભૂમિકા જાણવી

૩. તાલુકા પંચાયતના સભ્યોની સામાજીક અને આર્થિક પાર્શ્વભૂમિકાના હેતુઓ :

પ્રત્યેક સામાજિક સંશોધન કેટલાંક ચોકકસ હેતુઓને ધ્યાનમાં રાખીને કરવામાં આવતું હોય છે. જેને અભ્યાસના ઉદ્દેશો તરીકે ઓળખવામાં આવે છે. પ્રસ્તુત સંશોધન માટે નીચેના મુખ્ય ઉદ્દેશો નકકી કર્યા છે.

૧. પંચાયતીરાજ પર દ્રષ્ટિપાતની જાણકારી મેળવવી.

૨. તાલુકા પંચાયતના સભ્યોની સામાજિક-આર્થિક ભૂમિકા તપાસવી.

૩. ગ્રામીણ વિસ્તારના વિકાસની કામગીરી દરમ્યાન સભ્યોએ અનુભવેલા પ્રશ્નો અને પડકારો તપાસવાં.

૪. તાલુકા પંચાયતની કામગીરી અને કાર્યવાહીને સ્પર્શતી વિવિધ બાબતો અંગેની સભ્યોની જાણકારી તપાસવી.

૫. ગ્રામીણ વિસ્તારના વિકાસમાં તાલુકા પંચાયત સામે ઉપસ્થિત અવરોધો શોધવા અને તેના ઉપાયો સુચવવા.

પ્રત્યેક સામાજિક સંશોધન નિશ્ચિત પદ્ધતિશાસ્ત્રને અનુસરે છે. જેમાં માહિતી એકત્રીકરણ અને વિશ્લેષણ માટેની કેટલીક ચોકકસ પદ્ધતિઓ અને સાધનોનો ઉપયોગ કરવામાં આવેલ છે.

પ્રસ્તુત સમાજશાસ્ત્રીય સંશોધનમાં માહિતી એકત્ર કરવા માટેના સાધનો અને પદ્ધતિઓનો નીચે મુજબ ઉપયોગ કરવામાં આવ્યો છે.

ગૌણ માહિતી :

ગૌણ માહિતીને દ્વિતીય કક્ષાની માહિતી પણ કહી શકાય. પ્રો. રોબર્ટસન અને રાઇટના મતે, ‘‘અન્ય હેતુ માટે એકઠી કરવામાં આવેલી પરંતુ સંશોધન હેતુ માટે ઉપયોગમાં લેવાયેલી માહિતીને ગૌણ માહિતી કહેવાય.’’ ડેનીસ અને સ્ટીફન રીચર કહે છે તેમ જ તે સામાજિક સંશોધકના ચોકકસ સંશોધન હેતુની પરિપૂર્તિ માટે એકત્ર કરવામાં આવી ન હોય તેવી પહેલેથી જ અસ્તિત્વ ધરાવતી કે નોંધાયેલી માહિતીને ગૌણ માહિતી કહેવાય. આમ ગૌણ માહિતી એ અગાઉથી એકત્રિત સ્વરૂપે મળતી માહિતી કે દસ્તાવેજી માહિતી છે. પ્રસ્તુત અભ્યાસમાં ગૌણ માહિતી માટે વર્તમાન પત્રો, સામયિકો, સંશોધન લેખો, જુદા જુદા અહેવાલો, વસ્તી ગણતરીના અહેવાલો, સરકારી ખાતાના આંકડા,

એમ.ફિલ. અને પીએચ.ડી. કક્ષાએ થયેલાં સંશોધનોનો ઉપયોગ કરવામાં આવ્યો હતો.

પ્રાથમિક માહિતી :

પ્રો. રોબર્ટસન અને રાઇટના મતે અમુક સંશોધન સમસ્યાના ચોકકસ હેતુ માટે એકઠી કરવામાં આવેલી માહિતીને પ્રાથમિક માહિતી કહેવાય. પોલિનયંગના મતે સંશોધકે પ્રત્યક્ષ રીતે જ જાતે સૌ પ્રથમવાર એકત્ર કરેલ માહિતીને પ્રાથમિક માહિતી કહેવાય. જે તે સંશોધન હેતુ માટે ક્ષેત્રીય સ્ત્રોતોમાંથી એકત્ર કરવામાં આવેલી માહિતી પ્રાથમિક માહિતી છે. એટલે કે જે તે સંશોધન હેતુ માટે મુલાકાત અનુસૂચિ, નિરીક્ષણ, મુલાકાત જેવી પદ્ધતિ દ્વારા એકત્ર કરવામાં આવેલી માહિતીને પ્રાથમિક માહિતી કહેવાય. દસ્તુત અભ્યાસમાં પ્રાથમિક માહિતી મેળવવા માટે નીચેની પદ્ધતિઓનો ઉપયોગ કરવામાં આવ્યો હતો.

નિદર્શન એ અભ્યાસ એકમો પસંદ કરવા માટેની એક આગવી પદ્ધતિ છે. આ એકમો પસંદ થયા બાદ જુદી જુદી વૈજ્ઞાનિક પ્રવિધિ દ્વારા તેની પાસેથી માહિતી એકત્ર કરવામાં આવે

છે. મર્યાદિત સમય અને મર્યાદિત નાણાંકીય ખર્ચમાં થતાં સંશોધન માટે આ નિદર્શન પદ્ધતિ અપનાવાય છે.

ગુડ અને હટ્ટના મત પ્રમાણે, "નિદર્શન એ સમગ્રનું પ્રતિનિધિત્વ ધરાવે છે." તેના વિશે સમજાવતાં જણાવે છે કે વ્યકિત બજારમાં વસ્તુ ખરીદવા જાય ત્યારે સમગ્રમાંથી નમૂનો બહાર કાઢે છે અને તેના આધારે મૂલ્યાંકન કરે છે. દા.ત. ઘંઉની ગુણમાંથી ખરીદવા માટે અમુક ઘંઉની ચકાસણી કરવામાં આવે છે. બોગાર્ડસના મત પ્રમાણે, "સમૂહમાંથી આવતી અમુક સંખ્યાની પસંદગીને નિદર્શ કહે છે." સમગ્ર વિષયને ધ્યાનમાં રાખીને વર્ણનાત્મક સંશોધન ડિઝાઈન પસંદ કરવામાં આવેલ છે. હેતુપૂર્વક યદ્દચ્છ નિદર્શન પદ્ધતિ દ્વારા પસંદ કરેલ ૧૨૫ દાહોદ જિલ્લામાંથી અને ૧૨૫ પંચમહાલ જિલ્લામાંથી એમ કુલ ૨૫૦ તાલુકા પંચાયતના સભ્યો પાસેથી મુલાકાત અનુસૂચિ પદ્ધતિ દ્વારા પ્રાથમિક માહિતી પ્રાપ્ત કરવામાં આવી હતી. સાથોસાથ નિરીક્ષણ પદ્ધતિનો પણ સહાયક પદ્ધતિ તરીકે ઉપયોગ કરવામાં આવ્યો હતો. જયારે ગૌણ માહિતી માટે અભ્યાસને આનુષંગિક

પુસ્તકો, સામયિકો, વસ્તીગણતરીના અહેવાલો વગેરેનો ઉપયોગ કરવામાં આવ્યો હતો.

પોલિન યંગ અનુસૂચિની વ્યાખ્યા આપતા જણાવે છે કે, ‘‘અનુસૂચિ સંશોધન કાર્યકર દ્વારા ભરવામાં આવે છે અને જરૂર પડે સંશોધક માહિતીદાતાને સમજાય તે રીતે પ્રશ્નોનું અર્થઘટન કરી શકે છે.’’ વધુ સ્પષ્ટતા માટે વેબસ્ટરને ટાંકીને પોલિન યંગ અનુસૂચિને પ્રશ્નોની બનેલી વિગતવાર યાદી તરીકે ઓળખાવતા લખે છે કે, ‘‘અનુસૂચિ ગણતરી કરવાની પ્રયુક્તિ છે. તેનો ઉપયોગ ઔપચારિક અને પ્રમાણિકૃત પ્રયાસોમાં કરવામાં આવે છે. તેનો મુખ્ય હેતુ સંખ્યાત્મક માહિતી એકત્ર કરવાનો છે.’’ અનુસૂચિ એ સંશોધન સમસ્યાના અનુસંધાનમાં પહેલેથી ઘડાયેલા ક્રમબદ્ધ પ્રશ્નોનું બનેલું પત્રક છે. તેમાં સંશાધન કાર્યકર માહિતીદાતાને રૂબરૂ મળીને ક્રમબદ્ધ પ્રશ્નો પૂછીને તેની પાસેથી માહિતી મેળવે છે અને તે માહિતી સંશોધન કાર્યકર્તા પોતે જ આ પત્રકમાં ભરે છે. મારા સંશોધન અભ્યાસમાં સર્વેક્ષણ પદ્ધતિ દ્વારા હાથ ધરવા સંલગ્ન માહિતી એકત્ર કરવા માટે હેતુઓને ધ્યાનમાં

રાખીને અનુસૂચિ તૈયાર કરેલ છે. ત્યારબાદ અનુસૂચિની ચકાસણી કરી અને અભ્યાસ માટે પસંદ કરેલા ઉત્તરદાતાઓને વિગત પૂછી અનુસૂચિ ભરવામાં આવી. મારા સંશોધન અભ્યાસ માટે તૈયાર કરેલ અનુસૂચિને વિવિધ વિભાગમાં વહેચેલ છે. જેમ કે, ઉત્તરદાતાની વ્યકિતગત અને કૌટુંબિક માહિતી, તેમજ સામાજિક-આર્થિક સ્થિતિ વિષયક માહિતી, ગ્રામીણ વિસ્તારના વિકાસ અંગેની માહિતી, સમસ્યાઓ વિષયક માહિતી તેના પરથી વિષય સંબંધી ક્ષેત્રકાર્ય પૂર્ણ કરેલ છે. ‘‘કોઈપણ ઘટનાના કાર્યકારણ પારસ્પરિક સંબંધો જે તે સ્વરૂપમાં હોય તેનું યથાર્થ અવલોકન એટલે નિરીક્ષણ.’’ - ઓકસફર્ડ ડિકશનરી

વાસ્તવમાં ‘‘ઘટના કે પરિસ્થિતિના રંગે રંગાયા વિના નિરીક્ષણકર્તા સંશોધક પોતે જે કંઇ જુએ છે તેની નોંધ લે ત્યારે તેને નિરીક્ષણ કહેવાય.’’ પ્રસ્તુત અભ્યાસમાં નિરીક્ષણ પદ્ધતિ દ્વારા ઉત્તરદાતાઓના સમાજજીવન વિશે તેમની રહેણીકરણી વિશે તેમજ તેમની જીવન

પરિસ્થિતિ અને પ્રવૃત્તિઓ વિશે માહિતી મેળવવામાં આવી હતી. અભ્યાસ હેઠળના ઉત્તરદાતાઓ મુલાકાત અનુસૂચિમાં અમુક માહિતી છુપાવે કે વિકૃત સ્વરૂપે માહિતી રજૂ કરે પરંતુ આ પદ્ધતિ દ્વારા માહિતી મેળવવાના કારણે તેઓની વાસ્તવિક જીવન પરિસ્થિતિને જાણી શકાય. આથી અભ્યાસ હેઠળના ઉત્તરદાતાઓ પાસેથી નિરીક્ષણ દ્વારા વર્તન વ્યવહારની વાસ્તવિક માહિતી મેળવવામાં આવી હતી.

સંશોધનના ઉપકરણ તરીકે મુલાકાતનો હેતુ પ્રશ્નાવલિ જેવો જ છે. તે પણ હકીકત શોધનારું માપન છે. સંશોધક દ્વારા સંશોધનના વિવિધ પાસાંઓના સંદર્ભમાં ઔપચારિક અને અનૌપચારિક પરિસ્થિતિમાં કાળજીપૂર્વક રચાયેલા પ્રશ્નો પૂછવામાં આવે છે. પી.વી.યંગના મતે, ‘‘મૂલાકાત એક પ્રણાલી છે. જેના દ્વારા એક વ્યકિત બીજી વ્યકિતમાં કાલ્પનિક પ્રવેશ કરે છે.’’ ગુડે અને હટ્ટના મતે, ‘મુલાકાત એક કળા છે.’

‘‘જયારે સંશોધક જાગૃત સ્તરે પ્રશ્ન પૂછવા ઇચ્છતો હોય અને વ્યકિતગત આંતરક્રિયાનો હેતુ ધરાવતો હોય ત્યારે જે પ્રશ્નની

પ્રયુકિતનો ઉપયોગ કરે છે તેને મુલાકાત પદ્ધતિ કહે છે.'' - ડી.જે.ફોક્ષ

દરેક મુલાકાત સંબંધિત ઉત્તરદાતાઓની મુલાકાત દરમ્યાન તેને પ્રશ્નો પૂછી માહિતી એકઠી કરેલ છે. અભ્યાસ વિષયક કામગીરી અને સમસ્યાઓ વિશે જાણી ઊંડાણપૂર્વકની માહિતી એકત્ર કરવાનો પ્રયત્ન કરેલ છે. સરકાર દ્વારા અમલમાં આવેલી વિવિધ ગ્રામીણ

વિસ્તારની વિકાસ યોજનાઓનો લાભ લોકોને મળે છે કે કેમ ? તેમજ યોજનાઓથી થયેલા ફાયદા વગેરે વિશેની ચોકસાઈપૂર્વકની માહિતી એકત્ર કરવામાં આવી છે. આમ, રૂબરૂ મુલાકાત લઈ અભ્યાસ સંલગ્ન માહિતી મેળવવાનો પ્રયાસ કર્યો છે.

અભ્યાસ હેઠળનાં જૂથના સભ્યો જે સ્વરૂપનું જીવન જીવતાં હોય તેવું જીવન સહભાગી નિરીક્ષણ કરનાર સંશોધક પણ જીવવા લાગે છે અને તે રીતે જૂથજીવનમાં ભળી જઈને ઓતપ્રોત થઈને જૂથના સામાન્ય સભ્યો માફક જૂથ જીવનની પ્રવૃત્તિઓમાં સહભાગી બને છે.'' પ્રસ્તુત અભ્યાસમાં ઉત્તરદાતાઓ પાસેથી

મુલાકાત અનુસૂચિ દ્વારા વિવિધ પાસાંઓ અંગે મેળવેલી માહિતીની સત્યતા ચકાસવા માટે અભ્યાસ હેઠળનાં જૂથની રોજીંદી પ્રવૃત્તિમાં તેમજ મહત્વના પ્રસંગોમાં સહભાગી થવાથી તેમનો ધર્મ અને તે અંગેની માન્યતાઓ અંગે પંચાયતની મિટિંગો અને વિવિધ પ્રવૃત્તિઓ અંગે વ્યવસાય અને તેનું સ્થળ, કામનો પ્રકાર અને કલાકો સામાજિક પ્રસંગોમાં તેમજ અન્ય પ્રસંગોમાં થતા ખર્ચ અને વિકાસ યોજનાઓ અંગેના અભિપ્રાયો એટલે કે ઉત્તરદાતાઓના સામાજિક-આર્થિક સ્થિતિ, ગ્રામીણ વિકાસમાં તેમની ભૂમિકા, ગ્રામીણ વિકાસની સમસ્યાઓ વગેરે વિશે ઊંડાણપૂર્વક માહિતી મેળવવામાં આવી હતી.

જે ભૌગોલિક વિસ્તારમાં સંશોધન કરવાનું હોય તે અંગેનું વિધાન કરવાનું જરૂરી છે. સમાજ, સંસ્કૃતિ અને માનવ વર્તનના ઘડતરમાં ભૌગોલિક પરિસ્થિતિની નોંધપાત્ર અસર થાય છે. વળી આ અંગેની સ્પષ્ટતા કરવાથી સંશોધન ક્ષેત્રની હદ મર્યાદા નિર્ધારીત થાય છે. દા.ત.

આદિવાસી સમાજ જીવન પર સંશોધન કરવાનું હોય તો કયા વિસ્તારના આદિવાસીઓને અભ્યાસમાં સમાવવાના છે. તે સંશોધન યોજનામાં સ્પષ્ટ કરવું જોઈએ. તેમ પ્રસ્તુત સમાજશાસ્ત્રીય અભ્યાસ ગુજરાત રાજયના દાહોદ અને પંચમહાલ જિલ્લાના તાલુકા પંચાયતના સભ્યોના સંદર્ભમાં છે. માટે પ્રસ્તુત અભ્યાસનો ભૌગોલિક વિસ્તાર ગુજરાત રાજયના દાહોદ અને પંચમહાલ જિલ્લાનો છે.

પ્રસ્તુત અભ્યાસના સંદર્ભમાં તાલુકા પંચાયત, મહિલા અનામત, માનવ અધિકાર, ભૂમિકા, ભૂમિકા અસરકારકતાના ખ્યાલોનું સ્પષ્ટીકરણ અને વ્યાખ્યાબદ્ધ કરવા જરૂરી છે. જે ખ્યાલો નીચે મુજબ છે.

૧. તાલુકા પંચાયત

૨. મહિલા અનામત

૩. ભૂમિકા

૪. ભૂમિકા સંઘર્ષ

૫. ભૂમિકા અસરકારકતા

૬. નેતૃત્વ

૪. તાલુકા પંચાયત :

પંચાયતીરાજનો સૌથી મહત્વનો અને દ્વિતીય સ્તરનાં એકમ તાલુકા પંચાયતને ગણવામાં આવે છે. દરેક તાલુકાપંચાયતને એક લાખની વસ્તી ધરાવતા ગામોને એકત્ર કરી તાલુકાપંચાયત રચી શકાય છે. તાલુકા પંચાયતની રચના પુખ્તવય મતાધિકારના આધારે સીધી ચૂંટણી દ્વારા કરવામાં આવે છે. તાલુકા પંચાયતમાં બેઠકો સ્ત્રીઓ, અનુસૂચિત જાતિ તથા અનુસૂચિત જનજાતિ માટે અનામત રાખવામાં આવે છે. પ્રમુખ એ તાલુકા પંચાયતનો ચૂંટાયેલ પદાધિકારી છે. જિલ્લા પંચાયત તરફથી સોંપવામાં આવેલ વિકાસ કાર્યો તેમજ ગ્રામપંચાયતના કાર્યોનો પ્રતિનિધિ તરીકે તાલુકા પંચાયત કામ કરે છે. તાલુકા પંચાયતમાં કારોબારી, સામાજિક ન્યાય સમિતિઓ હોય છે. તાલુકા પંચાયતને બજેટને પંચાયત સમિતિની મંજૂરી માટે તે આવશ્યક છે. પંચાયતીરાજની સંસ્થામાં તાલુકા પંચાયત મધ્યમ સ્તર છે.

૧૯૯૨ના ૭૩માં બંધારણીય સુધારામાં સ્થાનિક પંચાયતોમાં 33% મહિલા અનામત આપવામાં આવી છે. આ સુધારો પંચાયતીરાજના વિકાસમાં સીમાચિન્હ સમાન છે. આ અનામતથી એક મુક ક્રાંતિની શરૂઆત થશે તથા ભારતના રાજકીય અને સામાજિક જીવનમાં દુરગામી પરિણામો આવશે. વળી સ્ત્રીની એક સ્ત્રી તરીકેની ઓળખ બદલાશે તેમજ ગ્રામીણ વિસ્તારના વિકાસની કામગીરીની ગુણાત્મકતા સુધરશે. લેનિને ૧૯૨૧ના આંતરરાષ્ટ્રીય વ્યવસાયી મહિલા દિને કહ્યું હતું કે તમે સ્ત્રીઓને રાજકારણ તરફ ખેચ્ચા વિના જનસમૂહને રાજકારણમાં
આકર્ષી શકો નહીં. કારણ કે માનવજાતની અડધી જનસંખ્યા સ્ત્રીઓ મુડીવાદ અને ઘરેલું બંધનથી એમ બેવડી રીતે દબાયેલી છે.

મહાન અંગ્રેજી સાહિત્યકાર સેકસપિયરની જાણીતી પંકિતઓમાં ભૂમિકાના વિચારનો ઉલ્લેખ છે. તેમણે કહ્યું કે આખું વિશ્વ એક રંગભૂમિ છે અને સર્વ સ્ત્રીઓ તથા પુરૂષો પાત્રો છે. તેઓ આવે છે અને જાય છે. એક માનવી પોતાના જીવનકાળ

દરમ્યાન અનેક ભૂમિકાઓ ભજવે છે. ભૂમિકા એ દરજ્જા પર રહેલ વ્યકિતની કામગીરી દર્શાવે છે. વ્યકિત પોતાના દરજ્જા પ્રમાણે સમાજમાં જે કાર્યો બજાવે તેને ભૂમિકા કહેવાય. અથવા કોઇ એક જૂથ પરિસ્થિતિમાં વ્યકિતના સ્થાન સાથે સંકળાયેલા અધિકારો અને ફરજોની આસપાસ રચાયેલ વ્યકિતના વર્તનની તરાહ એટલે ભૂમિકા. ભૂમિકાના ખ્યાલને વિસ્તારથી સમજવા કેટલાક વિદ્વાનોની વ્યાખ્યા જોઇએ.

"ભૂમિકા ફરજોનો નિર્દેશ કરે છે. એટલે કે જૂથના સભ્ય તરીકે જે સ્થાન સાથે સંકળાયેલી ફરજો તેની ભૂમિકા છે. જૂથના સભ્ય તરીકે વ્યકિત પાસેથી જે વર્તનની અપેક્ષા રાખવામાં આવે છે તે અપેક્ષિત વર્તન તેની ભૂમિકા છે."

"ભૂમિકા એ કાર્ય છે. જેનાથી વ્યકિત પોતાના દરજ્જા સાથે સંબંધિત આવશ્યકતાઓ પૂર્ણ કરે છે."

"વ્યકિત તેના દરજ્જાની ફરજો પરિપૂર્ણ કરવા તેમજ તેના હક્કો અને વિશેષ અધિકારો ભોગવવા જે રીતનું વર્તન દાખવે છે તે વર્તનની રીત તેની ભૂમિકા છે."

ભૂમિકાના ઉપર્યુકતઅર્થ પરથી પ્રસ્તુત સંશોધનમાં સંક્ષેપમાં ભૂમિકા એટલે કે કોઇ એક જૂથ કે પરિસ્થિતિમાં વ્યકિતના સ્થાન સાથે સંકળાયેલા અધિકારો અને ફરજોની આસપાસ રચાયેલ વ્યકિતના વર્તનની તરાહ. વિશેષમાં કહીએ તો ભૂમિકામાં જે તે સ્થાન સાથે સંકળાયેલી ફરજો, હકકો અને વિશેષાધિકારો ભોગવવાની રીત અથવા વ્યકિતનું જે સ્થાન છે તેની સાથે સંકળાયેલા હકકો અને ફરજો મુજબ અપેક્ષિત વર્તણૂંકની ભાત.

વ્યકિત સમાજમાં જુદા જુદા દરજ્જાઓ ધરાવતી હોય છે. જુદા જુદા દરજ્જાઓ પ્રમાણે તેને જુદી જુદી ભૂમિકા ભજવવી પડે છે. કોઇ એક વ્યકિત પરસ્પર વિરુદ્ધ જરૂરિયાતો ધરાવતી ભૂમિકા એક સાથે ભજવવાનો પ્રયાસ કરે છે ત્યારે એક ભૂમિકાની ભજવણી બીજી ભૂમિકા માટે દખલ ઉભી કરે છે ત્યારે ભૂમિકા સંઘર્ષ સર્જાય છે. ભૂમિકા સંઘર્ષ એટલે ‘‘એક જ વ્યકિત એક સમૂહમાં જે ભૂમિકા ધરાવતી હોય છે તે ભૂમિકા બીજા સમૂહમાં અથવા એક જ સમૂહના બીજા ઉપસમૂહમાં જે ભૂમિકા ધરાવતી

હોય છે તે ભૂમિકા તેના બીજા સમૂહમાં અથવા ઉપસમૂહમાંની ભૂમિકાથી પ્રતિકૂળ હોય ત્યારે તેને ભૂમિકા સંઘર્ષ કહેવાય.''

ભૂમિકા સંઘર્ષના ઉપર્યુકત અર્થ પરથી પ્રસ્તુત અભ્યાસમાં સંક્ષેપમાં ભૂમિકા સંઘર્ષનો અર્થ એ ઘટાવવામાં આવે છે કે વ્યકિત સમાજમાં જયારે જયારે એક કરતા વધારે ભૂમિકા ભજવે છે ત્યારે એક ભૂમિકાની ભજવણી (અપેક્ષા) બીજી ભૂમિકા ભજવણીમાં દખલ ઉભી કરે, મુશ્કેલી ઉભી કરે કે બીજી ભૂમિકા યોગ્ય રીતે ભજવી ન શકે ત્યારે ભૂમિકા સંઘર્ષ ઉદ્‌ભવે છે. દા.ત. મહિલા સભ્યોની કુટુંબમાં પત્નીની ભૂમિકા અને પંચાયતમાં સભ્યની ભૂમિકા ધારણ કરે છે. જેમાં કુટુંબમાં ગૃહિણી તરીકે પત્ની તરીકે, પતિની અપેક્ષા સંતોષવાની અને માતા તરીકે બાળકોના લાલનપાલનની જવાબદારી અદા કરવાની બીજી બાજુ સભ્યપદની ભૂમિકા ભજવવામાં જેમ કે પંચાયતમાં નિયમિત જવું, પંચાયતનાં વિવિધ કાર્યો યોગ્ય રીતે બજાવવાં, તેમની સાથેના અધિકારી - સેવાનું ઘ્યાન રાખવું. આથી એક સાથે બન્ને ભૂમિકાને મહિલા ન્યાય આપી શકતી નથી અથવા આ બંને

ભૂમિકા યોગ્ય રીતે ભજવવાનો પ્રયત્ન કરે ત્યારે ભૂમિકાસંઘર્ષ ઉદ્‌ભવે છે.

ભૂમિકા એ વ્યકિત જે દરજ્જો ધરાવે છે તેના હકકો અને ફરજોનો નિર્દેશ કરે છે. વ્યકિત જયારે તેની ભૂમિકા સમુચ્ચમાં આવતી સમગ્ર કામગીરી યોગ્ય સ્વરૂપમાં કે ન્યાયિક રીતે બજાવે ત્યારે તેને ભૂમિકાની અસરકારક ભજવણી કહેવાય. પ્રસ્તુત અભ્યાસમાં સભ્યપદની ભૂમિકાની અસરકારકતા તપાસવા માટે કેટલાક માપદંડો નકકી કર્યા છે. જેમ કે,

૧. તાલુકા પંચાયતની સમગ્ર કામગીરી અંગે જાણકારી ધરાવવી.

૨. ભૂમિકા હેઠળની બાબતોની શકય હોય તો તાલીમ લેવી.

૩. પંચાયતમાં નિયમિત જવું.

૪. ગ્રામીણ વિસ્તારમાં પ્રાથમિક સુવિધા ઉભી કરવી.

૫. તાલુકા પંચાયતમાં આવક ઉભી થાય તેવા પ્રયત્નો કરવા.

૬. પંચાયત અને ગ્રામીણ વિસ્તારના પાયાના પ્રશ્નોનો ઉકેલ લાવવા પ્રયત્ન કરવો.

૭. ગ્રામીણ વિસ્તારનો મહત્તમ વિકાસ થાય તે જોવું.

૮. સરકારની વિકાસલક્ષી યોજનાઓનો લાભ ગ્રામીણ વિસ્તારના લાભાર્થીનિ મળે તે ખાસ લક્ષમાં રાખવું.

૯. તાલુકા પંચાયત હેઠળની જાહેર મિલકતની દેખરેખ અને જાળવણીનું ધ્યાન રાખવું.

પ. નેતૃત્વ :

"નેતૃત્વને એક પ્રકારના પ્રભુત્વ તરીકે ઓળખાવે છે. પ્રભુત્વને તેઓ અન્ય વ્યકિતઓના વલણો અને ક્રિયાઓ ઉપર નિપજાવતી ઘટના તરીકે ઓળખાવે છે."

"નેતૃત્વથી આપણું તાત્પર્ય લોકોને પ્રોત્સાહિત કરવાનું અથવા નિર્દેશિત કરવાની તે યોગ્યતા છે કે જે પદ સિવાય વ્યકિતગત ગુણોથી પણ આવે છે."

આમ નેતા એ જૂથનો એક એવો સભ્ય છે કે જે જૂથના સભ્યોની પ્રવૃત્તિઓ પર પ્રબળ અસર પાડે છે તથા જૂથના ધ્યેયો, વિચારસરણી, રચના તથા પ્રવૃત્તિઓ ઘડવામાં તે મુખ્ય ભૂમિકા ભજવે છે.

પ્રત્યેક સંશોધનમાં વિભિન્ન પરિવર્ત્યોને સંબંધ તપાસી, તારણો, સામાન્યકરણ તારવવામાં આવે છે. મુલર અને શુસલરના મત મુજબ ‘‘જે કોઇ વસ્તુ કે ઘટનાનો જથ્થો કે ગુણ ક્રમિક નિરીક્ષણોમાં બદલાતા રહે તેમાં વધઘટ થતી રહે કે તેમાં ફેરફાર થતો રહેતો હોય તેવી વસ્તુ કે ઘટનાને પરિવર્ત્યો કહેવાય છે. દા.ત. કુટુંબનું કદ, આવક, લિંગ, ધર્મ, શિક્ષણ વગેરે પરિવર્ત્ય છે. પ્રસ્તુત અભ્યાસમાં કેટલાક સ્વતંત્ર અને આધારિત પરિવર્ત્યો વચ્ચેનો સંબંધ સ્પષ્ટ કરવાનો પ્રયત્ન કર્યો છે.

સ્વતંત્ર પરિવર્ત્ય :

સ્વતંત્ર પરિવર્ત્ય એટલે કે જે પરિવર્ત્યનાં ચલિત મૂલ્યો કે ગુણધર્મ આપણે જાણતા હોઇએ તે પરિવર્ત્યને સ્વતંત્ર પરિવર્ત્ય કહેવાય છે. દા.ત. જે જ્ઞાતિ સમાજમાં પ્રભાવી હોય તે જ્ઞાતિના લોકો પંચાયતમાં સહભાગી થવામાં સફળ રહે છે. કારણ કે જ્ઞાતિ સમાજમાં પ્રભુત્વ ધરાવે છે. માટે અહીં જ્ઞાતિ એ સ્વતંત્ર પરિવર્ત્ય છે. પ્રસ્તુત અભ્યાસમાં આવક, શિક્ષણ, વ્યવસાય અને જ્ઞાતિને સ્વતંત્ર પરિવર્ત્યો તરીકે સમાવેશ કરેલ છે.

આવક : કુટુંબની વાર્ષિક આવક એ કુટુંબનો આર્થિક દરજ્જો નકકી કરતું અને સામાજિક પ્રતિષ્ઠા દર્શાવતું એક નિર્ણાયક પરિબળ છે. તે રીતે આવક પંચાયતની કામગીરીને પ્રભાવિત કરે છે.

શિક્ષણ : શિક્ષણ એ પંચાયતોની નિર્ણય પ્રક્રિયામાં મહત્વનું નિર્ણાયક સ્વતંત્ર પરિવર્ત્ય છે. શિક્ષણ એ વ્યકિતની સામાજિક, આર્થિક, રાજકીય આકાંક્ષાઓ અને વિચારસરણીને અસર કરે છે.

વ્યવસાય : વ્યકિતનો વ્યવસાય તેના આર્થિક-સામાજિક, રાજકીય દરજ્જાનાં નિર્ણયમાં મહત્વપૂર્ણ છે. સામાન્ય રીતે ઉચ્ચ અને વ્યવસાયિક શિક્ષણ વધુ આવકનું સાધન છે. ગ્રામસમુદાય અને પછાત જ્ઞાતિઓમાં આધુનિક વ્યવસાયોમાં પ્રવેશ એ સમગ્ર સામાજિક-રાજકીય દરજ્જાની સાથે સંકળાયેલ મહત્વનું સાધન છે.

જ્ઞાતિ : ગ્રામીણ સમાજમાં વ્યકિતગત અને સામુદાયિક જીવનના ક્ષેત્રમાં તેમજ સામાજિક- રાજકીય પ્રવાહોમાં જ્ઞાતિ એક અગત્યના પરિબળ તરીકે ભાગ ભજવે છે. ગ્રામીણ સમુદાયની

ભૌતિક રચના, સત્તા, જમીનની વહેંચણી, પંચાયતની કામગીરી, મતદાન, વિકાસ કાર્યક્રમો પ્રત્યેના પ્રતિભાવો, રહેણીકરણી વગેરે સમાજજીવનના પ્રત્યેક ક્ષેત્ર ઉપર જ્ઞાતિનો પ્રત્યક્ષ કે પરોક્ષ પ્રભાવ હોય છે.

આધારિત પરિવર્ત્યો :

"જે પરિવર્ત્યનું મૂલ્ય અન્ય પરિવર્ત્યના મૂલ્ય પર આધાર રાખે છે તેને આધારિત પરિવર્ત્ય કહેવાય છે." દા.ત. પંચાયતમાં સત્તા પ્રાપ્ત કર્યા પછી વ્યકિને ગ્રામીણ સમુદાયના વિકાસમાં કેવો રસ છે, પંચાયતમાં ગામડું એ વિકાસનું એકમ છે. તેથી ગ્રામીણ વિકાસ એ આધારિત પરિવર્ત્ય છે. પ્રસ્તુત અભ્યાસમાં કુટુંબનો પ્રકાર, કામગીરીનો પ્રકાર, જાગૃતિ, ગ્રામીણ વિકાસ એ આધારિત પરિવર્ત્ય તરીકે સમાવેશ કરેલ છે.

કુટુંબનો પ્રકાર : સામાન્ય રીતે ભારતીય સમાજમાં કુટુંબને બે વિભાગમાં વહેંચવામાં આવે છે. એક વિભકત કુટુંબ અને બીજું સંયુકત કુટુંબ. જે વ્યકિત નાના કુટુંબમાંથી પંચાયતમાં પ્રવેશે છે તેને ઓછી કૌટુંબિક જવાબદારી હોય છે. તેઓમાં પંચાયતની

કામગીરી અસરકારક રીતે કરી શકવાની ક્ષમતા વિશેષ રહેલી છે. પ્રસ્તુત અભ્યાસમાં કુટુંબના પ્રકારની પણ પંચાયત પર તેની અસર પડે છે.

કામગીરીનો પ્રકાર : પંચાયતની કામગીરી સાથે સંકળાયેલા વિવિધ પાસાઓ જેવા કે ગ્રામીણ વિકાસ, આરોગ્ય, શિક્ષણ વગેરે પંચાયતમાં કામગીરીમાં નિર્ણાયક ભાગ ભજવે છે. પ્રસ્તુત અભ્યાસમાં કામગીરીનો પ્રકાર પંચાયતની કામગીરી માટેનું મહત્વનું પરિબળ છે.

જાગૃતિ : પોતાના અધિકારો અને ફરજો વિશેની સભાનતા તેમજ તેની કાર્યાન્વિતને જાગૃતિ કહેવાય. પ્રસ્તુત અભ્યાસના ઉત્તરદાતાઓની જાગૃતિની અસર પંચાયતની કામગીરી અને વિકાસયોજનાઓના અમલીકરણ તેમજ સફળતા પર પડે છે.

ગ્રામીણ વિકાસ : એટલે ગ્રામીણ ગરીબો અને ગ્રામીણ સમાજના નબળાં લોકોના આર્થિક અને સામાજિક જીવનમાં સુધારો કરવો, ગ્રામીણ સમાજમાં ઉત્પાદકતા વધારવાની સાથો

સાથ ગરીબ અને નબળાં વર્ગના લોકોને વિકાસનાં લાભો પ્રાપ્ત થાય તે બાબત ઉપર ભાર મૂકવામાં આવે છે.

ગ્રામીણ વિકાસમાં આર્થિક, રાજકીય, સામાજિક અને સાંસ્કૃતિક વિકાસના સમગ્ર ક્ષેત્રને આવરી લે છે. ગામડું એ વિકાસનું એકમ છે. તેમાં પંચાયતી રાજ દ્વારા વિકાસના અનેક કાર્યક્રમો કાર્યરત હોય છે. પંચાયતના સભ્યો દ્વારા ગ્રામીણ વિકાસમાં થયેલી કામગીરીના સંબંધને તપાસવાનો પ્રયાસ કર્યો હોય છે.

કોઈપણ શાસ્ત્રના વિકાસમાં એકબાજુ સિદ્ધાંત મહત્વનો ભાગ ભજવે છે તો બીજી બાજું સંશોધનનો ફાળો પણ એટલો જ મહત્વનો છે. જેમ જેમ સંશોધન વિસ્તરે તેમ તેમ વિજ્ઞાનની સ્થિતિ વિસ્તાર પામે છે. આ બંને વાતોને સાથે લઈએ તો એમ કહેવાય છે કે સિદ્ધાંતનાં વિકાસમાં સંશોધન ફાળો આપે છે. બીજી તરફ સંશોધન કરવા માટે નવી નવી સમસ્યાઓ શોધી આપવાનું કાર્ય સિદ્ધાંત કરે છે.

સમાજશાસ્ત્રીય સિદ્ધાંતકારો વૈજ્ઞાનિક રીતે સામજિક ઘટનાનાં અભ્યાસનાં સંદર્ભમાં એકમત ધરાવે છે. તેઓ સામાજિક જગત વિશેના વિધાનો વ્યકત કરે છે. જેને અનુભવજન્ય રીતે ચકાસી શકાય છે. તેમ છતાં આ વિધાનો કયા પ્રકારના હોવા જોઇએ ? કયા પ્રકારની ઘટનાનો અભ્યાસ કરવો ?, કેવી રીતે આ ઘટનાનો અભ્યાસ કરવો ? આ સવાલો બાબતે તેમનામાં ભિન્નતા જોવા મળે છે. પ્રત્યેક સિદ્ધાંત સામાજિક ઘટનાના પાસાં બાબતે પોતાનું વિશિષ્ટ દ્રષ્ટિબિંદુ ધરાવે છે. એક તરફ પ્રત્યક્ષવાદ અને પ્રાકૃતિક વિજ્ઞાનની હેઠળ આવેલાં સિદ્ધાંતકારો છે. તેઓ સ્પષ્ટપણે માને છે કે વ્યકિતનું વર્તન અને ક્રિયા બાહ્ય પરિબળોથી નિયત થાય છે. આથી સમાજશાસ્ત્રીનું કાર્ય સામાજિક ઘટનાઓ વચ્ચેના વ્યવસ્થિત સંબંધો શોધી કાઢી તેણે વૈજ્ઞાનિક નિયમ દ્વારા અભિવ્યકત કરવાનું છે.

સિદ્ધાંતકારો સિદ્ધાંતના વિકાસમાં રચ્યાપચ્યા રહે છે. સિદ્ધાંતકારો એવા મોડલોનો વિકાસ કરે છે જેને સંશોધનમાં રસ ધરાવતા સમાજશાસ્ત્રીઓ કસોટીએ મૂકી શકે છે. પદ્ધતિકારો

સંશોધન પ્રયુકિતઓના વિકાસમાં રચ્યાપચ્યા રહે છે. નિકોલસ મ્યુલિન્સની દ્રષ્ટિએ,

‘‘પારસન્સ અને મર્ટન બંનેમાંથી કોઈપણ પદ્ધતિશાસ્ત્રની દ્રષ્ટિએ ઉત્તમ કોટિના ન હતા. તેમ છતાં બંને પોલ લેજર્સફિલ્ડ અને સેમ્યુલ સ્ટાઉફરના સ્વરૂપે સુફિયાણા પદ્ધતિકાર અનુયાયીઓ પેદા કરી શકયા. ‘‘સંશોધન પદ્ધતિ અને સિદ્ધાંત વચ્ચેનું કૃત્રિમ વિભાજન જરૂરી નથી. બંને વચ્ચે સતત આદાનપ્રદાન જરૂરી છે. નિકોલસ મ્યુલિન્સની દ્રષ્ટિએ, ‘‘જે વ્યકિતએ સિદ્ધાંત અને સંશોધનની પદ્ધતિમાં કામ કર્યું છે તે અપવાદરૂપ સમાજશાસ્ત્રી છે અને સમાજશાસ્ત્રમાં આવા અપવાદરૂપ સમાજશાસ્ત્રીઓ ગણ્યાગાંઠયા છે. આથી સિદ્ધાંત અને સંશોધન એ પરસ્પર વિરોધી બાબતો નથી. પરંતુ એકબીજાની પૂરક છે. જ્ઞાતિ, સમુદાય અને રાજકીય સ્તરે જોવા મળતા પક્ષીય વિભેદીકરણ એ પણ સામાજિક પરિવર્તનની ઘટનાનો નિર્દેશ કરે છે. આ પ્રક્રિયા સાપેક્ષ સત્તાની વહેંચણી સાથે સંકળાયેલી છે. ગ્રામીણ અને શહેરી સમુદાયમાં પેદા થતાં

આવાં તડાં બાબત સમાજશાસ્ત્રીઓ અને સામાજિક માનવશાસ્ત્રીઓએ અનેક અભ્યાસો કર્યા છે. સામાજિક અને આર્થિક વિકાસનાં પગલાની અસર હેઠળ સામાજિક સ્તરરચનામાં આડાં અને ઉભાં તડાં પડયા છે. આ પ્રક્રિયા કેવી રીતે શરૂ થાય છે, કાર્ય કરે છે, અને સમુદાયને કેવી રીતે અસર કરે છે તે પરત્વે (એમ.એન.શ્રીનિવાસ : ૧૯૫૫, ૧૯૫૯), (ડબ્લ્યું, મેકોરમક : ૧૯૫૯), (એફ.બાર્થ : ૧૯૬૦), અને (એફ.જી.બેલી : ૧૯૬૩), (રાલ્ફ નિકોલસ : ૧૯૬૩), (એ.સી.મેયર : ૧૯૬૫), (એચ.અર્નસ્ટેન : ૧૯૬૫) અને (યોગેન્દ્રસિંગ : ૧૯૭૧) વગેરેએ અભ્યાસ કર્યા છે.

રાજકીય પક્ષોમાં ઉભા થતાં તડાં બાબત (પી.બ્રાસ : ૧૯૬૫), (મઈરન વઈરન અને રંજની કોઠારી : ૧૯૬૫), તેમજ (આર.નિકોલસ : ૧૯૬૮) અને (રજની કોઠારી : ૧૯૭૦) વગેરેએ અભ્યાસ કર્યા છે. આમાં જ્ઞાતિ સમુહો અથવા સમુદાયો રાજકીય ભાગીદારી દ્વારા પોતાના આર્થિક અને સામાજિક ધ્યેયો હાંસલ કરવા પ્રયાસ કરે છે. આ પ્રત્યેક જ્ઞાતિસમૂહ અથવા

સમુદાય આંતરિક રીતે પોતપોતાનાં હિતોને અનુલક્ષીને વિભાજિત થાય છે.

હિત-જૂથોને અસરકારક બનાવવા નેતાગીરીએ નવી ભૂમિકા ભજવવી પડે છે. આ ઘટના સમાજ માટે નવી નેતાગીરીની જરૂરિયાત પર ભાર મુકે છે. ભારતની નેતાગીરીના રચનાતંત્રમાં ચોક્કસ વિભેદીકરણનાં તત્વો ઊપસતાં જોવા મળે છે. આમાં (આર.એલ.પાર્ક અને આઇ.ટીંકર : ૧૯૫૯) અને (એ.આર.દેસાઇ : ૧૯૬૯) ના અભ્યાસો મુખ્ય છે. પ્રસ્તુત અભ્યાસીઓના મતે વિભેદીકરણનું સંચાલન નવી ઔપચારિક નેતાગીરીના ઉદ્ભવ અને પરંપરાગત નેતાગીરીમાં અનુકૂલનશીલ પરિવર્તનો દ્વારા ચાલે છે. નેતાગરીના અભ્યાસો વધુમાં જણાવે છે કે સમાજનાં નબળા વર્ગમાં નવી નેતાગીરી ઉભી થઇ રહી છે. છતાં પ્રભાવી સામાજિક જૂથો હજી પણ જુદી જુદી કક્ષાએ પોતાની નેતાગીરી પૂરી પાડે છે. (Abrham, Francis M. 1982, p. 297 (પિટર માયકલ બ્લાઉ : ૧૯૧૮) પોતાના સિદ્ધાંતમાં સૂક્ષ્મ સમાજશાસ્ત્રમાંથી વિનિમયની

વિભાવનાનો ઉપયોગ કરી તેને સત્તાની વિભાવના સાથે સાંકળે છે. તેણે કરેલા અભ્યાસો "The Dynamics of Bureacracy : A Study of Interpersonal Relationships of Two Governmental Agencies (1955)" અને "Exchange and power in social life (1964) દ્વારા તેના વિચારો વ્યકત થાય છે. માર્ગરિટ એમ.પોલામાં 'Exchange and power in social life' ને સમાજશાસ્ત્રીય સિદ્ધાંતમાં અર્ધ પ્રશિષ્ટ તરીકે ઓળખાવે છે. બ્લાઉનું આ મહત્વનું સૈદ્ધાંતિક કાર્ય મનાય છે. અહીં તે વિનિમયના અભિગમને સામાજિક ઘટનાની સમજૂતી માટે ઉપયોગમાં લે છે. જુદાં જુદાં પ્રકારના સત્તાના સર્જન અને જાળવણીમાં વિનિમય શું ભૂમિકા ભજવે છે તે તેના અભ્યાસમાં કેન્દ્રસ્થાને છે. તેના સિદ્ધાંતની ચર્ચામાં વિનિમય શું ભૂમિકા ભજવે છે ? તે તેના અભ્યાસમાં કેન્દ્રસ્થાને છે. તેના સિદ્ધાંતની ચર્ચામાં વિનિયમ અને સત્તાનાં સંબંધો વચ્ચેનો તાંતણો સળંગ રીતે જોવા મળે છે.

ભદ્રવર્ગનાં સંચાલનમાં પણ આવો જ પ્રવાહ જોવા મળે છે. સ્વતંત્રતા બાદ છેલ્લા કેટલાક વર્ષોથી ભદ્રવર્ગની ભરતીમાં મહત્વના ફેરફારો આવ્યા છે. રાજકીય ક્ષેત્રે શહેરી નેતાગીરીનાં પ્રભુત્વમાં ઓટ આવી છે તેની જગ્યા ગ્રામીણ ભદ્રવર્ગના નેતાઓ લેતા થયા છે. વળી, ભદ્રવર્ગના રચનાતંત્રમાં પણ વિભાગીકરણ આવ્યું છે. સ્વતંત્રતા પહેલા પ્રશાસનતંત્ર વ્યાપાર, લશ્કર અને રાજકારણમાં ભદ્રવર્ગ એક જ વર્ગ અથવા દરજ્જાના સમૂહમાંથી આવતો હતો. હવે આમાં પરિવર્તન આવ્યું છે. જે અભ્યાસીઓ આવા તફાવતો નોધ્યા છે તેમાં (જે.એચ.બ્રોમફિલ્ડ : ૧૯૬૮), (આન્દ્રે બેતાઇ : ૧૯૬૯) અને (ટી.બી.બોટોમોર : ૧૯૬૯) તેમજ (ડી.બી.રોઝન્થલ : ૧૯૭૦) અને (યોગેન્દ્રસિંગ : ૧૯૭૪) અને (શિવકુમાર લાલે : ૧૯૭૪) પણ ભદ્રવર્ગ અંગે અભ્યાસો કર્યા છે. (સિંગ યોગેન્દ્ર, ૧૯૭૭ : ૩૨૨)

સત્તા એક સામાજિક ઘટના છે. સમાજમાં વ્યકિતઓ અને સમૂહો વચ્ચેના સંબંધો સત્તા પર રચાયેલા છે. વ્યકિત સમાજની જરૂરિયાતો સંતોષવા માટે સમાજમાં સત્તાની વહેંચણી આવશ્યક

બને છે. સત્તાને સામાન્ય અર્થમાં જોઈએ તો સત્તા વિશેષ પ્રકારની બંધારણીય તાકાત છે. તે શાસન કરવાનો સરળ માર્ગ છે. તે લોકોની નિષ્ઠા તેમજ શ્રદ્ધાનો સ્ત્રોત છે. સત્તા વ્યકિતએ ક્ષમતા છે જેમના આધાર પર તે અન્ય વ્યકિતઓના વ્યવહારને એમની જરૂરિયાત અનુરૂપ પ્રભાવિત કરી શકાય અને એમના પર નિયમન અને નિયંત્રણ મૂકી શકે છે. સમાજશાસ્ત્રીઓએ સત્તાનાં ખ્યાલ અને વિવિધ દ્રષ્ટિકોણથી ચર્ચા કરી. સમાજશાસ્ત્રી સી.ડબ્લ્યું મીલ્સના મતે, આર્થિક, રાજકીય અને સૈનિક ક્ષેત્રોમાં સર્વોચ્ચ સત્તા છે. વ્યકિતઓના સમૂહને સત્તા કહેવામાં આવે છે. આ સ્થાનો પર કાર્ય કરવાવાળી વ્યકિતઓને જે રાષ્ટ્રીય દ્રષ્ટિએ મહત્વપૂર્ણ નિર્ણય લેવાનો અધિકાર હોય છે જેમના આધાર પર તેઓ સામાન્ય લોકોનાં નિશ્ચિત આદેશ આપે છે. આ આદેશ સત્તા છે. મિલ્સના મતે સત્તા વ્યકિતમાં નહિ પરંતુ સંગઠનમાં હોય છે અને સંસ્થાગત સ્થાન જ વ્યકિતઓને સત્તાપ્રદાન કરી શકે. આ પ્રકારે સત્યની અભિવ્યકિત થાય છે. (સી.ડબ્લ્યું મીલ્સ : ૪૨૫)

સમાજશાસ્ત્રી મિશેલ ફુકોના મતે સત્તાના સંબંધો સાર્વભોમત્વ રાજય કે શાસક વર્ગમાંથી ઉત્પન્ન થતાં નથી. પરંપરાગત રીતે સત્તાના સબંધોથી અભિવ્યિકતઓને રાજય સત્તાના સર્વગ્રાહી સ્વરૂપના સંદર્ભમાં કરવામાં આવે છે અને પ્રભાવી વર્ગ અથવા વર્ગના અંશોના હિતોને સંતોષવા હોય તે રીતે તેનું અર્થઘટન કરવામાં આવે છે. આ દ્ષ્ટિબિંદુનો ફુકો અસ્વીકાર કરે છે. તેને માટે ચોકકસ તાર્કિક સંરચનાનું ઉત્પાદન અથવા ઉદ્ભવનું વિશ્લેષણ મહત્વનું છે. આ જ સાચી ચર્ચા અથવા સંવાદ છે. આપણો સમાજ સત્યનું કાર્ય ધરાવતી ચર્ચાનું ઉત્પાદન અને પ્રચાર કરે છે. આ ચર્ચા સત્ય માટે આગળ વધે છે તે ચોકકસ સત્તા ધરાવે છે. (મિશેલ ફુકો : ૩૩૯)

સમાજશાસ્ત્રી ગિટાનો મોસ્કાના મતે દરેક સમાજમાં બે વર્ગ અવશ્ય હોય છે. એક ગ્રવર્ગ શાસન કરે છે અને બીજો વર્ગ શાસિત છે. પ્રથમ વર્ગમાં હંમેશા થોડી સંખ્યા હોય છે. તે શકિત પર અધિકાર રાખે છે. શકિતથી પ્રાપ્ત લાભોનો આનંદ લૂંટે છે.

જયારે બીજો વર્ગ વિશાળ સંખ્યા ધરાવતો વર્ગ પ્રથમવર્ગ દ્વારા સંચાલિત અને નિયંત્રિત થાય છે. મોસ્કાના

મતે શાસક વર્ગમાં અલ્પ સંખ્યાના લોકો હોય છે. જેને ભદ્રવર્ગ કહી શકાય તે વર્ગ પોતાની સત્તા ટકાવી રાખવા માટે રાજકારણ પર આધારિત રહેવું પડે છે. તે સત્તાનો નૈતિક અને બંધારણીય આધાર આપવાનો પ્રયત્ન કરે છે. મોસ્કાના મતે સત્તાશાળી વર્ગ શોષિત વર્ગના લોકો સાથે કયારેક સમજૂતી કરવી પડે છે. તેમને સત્તામાં ભાગીદાર બનાવી શાસકવર્ગ સત્તાથી દૂર રહેતો નથી. સત્તામાં આ નવો વર્ગ સહભાગી થતા તે પહેલા રાજકીય વર્ગનું રૂપ ધારણ કરે છે. (મોસ્કા જી. ૧૯૩૯ : ૨૦-૨૫)

સમાજશાસ્ત્રી હેબરમાસના મતે પરંપરાગત સમાજમાં રાજયની સત્તાના હકકનો જવાબ સુસંબદ્ધ ધર્મ અથવા દાર્શનિક જગતના દ્રષ્ટિબિંદુના સંદર્ભમાં આપવામાં આવે છે અને આ

પરમપૂર્ણ મૂલ્યોનો સ્પષ્ટ કરે છે. રાજકીય સંઘર્ષનો ઉકેલ મસીહાવાદી અથવા પયંગરવાદી આંદોલન દ્વારા લાવી શકાય છે. જે નવા મૂલ્યોને અધિકૃતતાના સ્ત્રોત તરીકે પ્રતિપાદન કરે છે.

આધુનિક રાજય કાનૂની અને બંધારણીય નિર્ણયો દ્વારા કાર્યવિધિક ધોરણોથી અધિકૃતતા પ્રાપ્ત કરે છે. વિરોધ પક્ષો વર્તમાન રાજયનો અંગભૂત ભાગ છે. બેહાલની સરખામણીમાં હેબરમાસ ધર્મના પરંપરાગત અર્થ અથવા દેશદાઝના પ્રતીકો કરતા રાજકીય પ્રક્રિયામાં તાર્કિક પ્રત્યાયનની સત્તા વિશેષ મહત્વ ધરાવે છે. (હાબરમાસ : ૧૧૭)

સમાજશાસ્ત્રી પરેટોના મતે દરેક માણસમાં માનવીય ક્રિયા અંગેની વ્યકિતની યોગ્યતા અને ક્ષમતા સમાન હોતી નથી. ક્ષમતા અને યોગ્યતાના અંતરના આધાર પર સમાજજીવનમાં વિશિષ્ટ ક્ષેત્રોમાં કાર્ય કરવાવાળી વ્યકિતઓને જો સત્તા આપવામાં આવે તો સૌથી વધારે સત્તા પ્રાપ્ત કરી શકે છે. તે વ્યકિતઓને અગ્રવર્ગમાં ગણવામાં આવે છે. આ પ્રકારો સામાજિક જીવનના જુદાં જુદાં ક્ષેત્રોમાં બે વર્ગ બની જાય છે. એક અગ્રવર્ગ અને બીજો બિનઅગ્રવર્ગ. અગ્રવર્ગ સમાજનું સંચાલન કરે છે. એમના હાથમાં સત્તા હોય છે. તેમનામાં બૌદ્ધિકતા, કુશળતા,

ક્ષમતા, ચારિત્ર્યના ગુણો વિશેષ હોય છે. નિમ્નવર્ગમાં તે ગુણોનો અભાવ હોય છે. સમાજશાસ્ત્રી પિટર બ્લાઉના મતે સત્તાની પાછળ દબાણશકિત રહેલી છે. દબાણનો ઉપયોગ કરી લોકો પોતાનો હકૂમત જણાવે છે. આ પ્રકારની સત્તાના ભયનાં ચિન્હો મૂર્તિમાન હોય છે. કારણ દબાણની સત્તાના ઉપયોગથી માત્ર અવરોધ જ પેદા થાય છે. એટલું જ નહિ, પરંતુ કેટલીક વખત સક્રિય વિરોધ પણ સામને છે. સમાજ બને છે ત્યાં સુધી સત્તાના સંઘર્ષને ટાળવા પ્રયાસ કરે છે. સમાજમાં જેઓ તાબેદાર છે, તેઓએ સત્તાના સ્થાને બિરાજેલી વ્યકિતઓની સૂચનાને માન આપી પોતાની ફરજ અદા કરવી જોઈએ. કારણ કે સમાજના સરળ સંચાલન માટે તે અનિવાર્ય છે. ઉપરાંત સત્તાના સ્થાને બિરાજેલા લોકોએ બને ત્યાં સુધી દબાણની શકિતનો ઉપયોગ મર્યાદિત રીતે કરવો જોઈએ. આમ જૂથ અને સમાજમાં સત્તા છે. પરંતુ સવાલ છે કે સત્તા પોતાની અધિકૃતતા કેવી રીતે હાંસલ કરે છે. આ ઘટનાની સમજ પણ અનિવાર્ય છે. આથી વ્યકિતની સત્તા મહત્વની બને છે.

મેકસ વેબરેના મતે સમાજમાં જોવા મળતી સત્તાના સંબંધોની વિચારણા કરી છે. એટલે કે મનુષ્ય શા માટે સત્તાનો દાવો કરે છે ? પોતાની સત્તા હેઠળના માણસો સ્વૈચ્છિક રીતે પોતાના પ્રત્યે આસાકિત હે એવી અપેક્ષા રાખવાની પોતાનો સત્તાવાર હકક છે એવું માણસને શા માટે લાગે છે ? વેબર સત્તાના ખ્યાલનાં પૃથક્કરણમાં જણાવે છે કે સમાજમાં બે મુખ્ય સામાજિક વર્ગ સત્તા પ્રાપ્ત કરવા પોત પોતાની રીતે પ્રયત્ન કરે છે. જેમાં એક સંપતિવાળા લોકો પોતાની પાસેના ઉત્પાદન પરના અંકુશનાં સાધનોથી શ્રમજીવી વર્ગ પર પોતાની સત્તા જમાવવાનો પ્રયાસ કરે છે જયારે બીજું સંપત્તિવિહોણા વર્ગ પોતાની સત્તાના બદલામાં વધુને વધુ અધિકારો પ્રાપ્ત કરવાના પ્રયત્નો કરે છે. પરંતુ વાસ્તવમાં સંપતિવાળા લોકો પાસે સત્તા રહે છે. કારણ કે સંપત્તિ વિહોણા લોકોની સ્વતંત્રતા અને નિર્ણય શકિતને તેઓ ખરીદી શકે છે. વેબર પોતાના અર્થઘટનમાં એ બતાવવા માગે છે કે જેઓ આર્થિક રીતે સમૃદ્ધ નથી તેઓ પાસે પણ સત્તા હોય છે. આ દર્શાવવા તેમણે સત્તાના ત્રણ પ્રકારો દર્શાવ્યા છે. જેમ કે

પરંપરાત્મક સત્તા, બૌદ્ધિક કાનૂની સત્તા, વિભૂતિમાન સત્તા.(મેકસ વેબર : ૧૯૭૧ : ૨૧-૨૯) પિટર માઇકલ બ્લાઉ : ૧૯૧૮ પોતાના સિદ્ધાંતમાં વિનિમયની વિભાવનાનો ઉપયોગ કરી તેને સત્તાની વિભાવના સાથે સાંકળે છે. તેણે કરેલા અભ્યાસો The Dynamics of Bureacracy : A Study of Interpersonal Relationships of Two Governmental Agencies (1958) માં જણાવે છે. બ્લાઉનું આ મહત્વનું સૈદ્ધાંતિક કાર્ય મનાય છે. અહીં તે જુદાં જુદાં પ્રકારના સત્તાના સર્જન અને જાળવણીમાં વિનિમય શું ભૂમિકા ભજવે છે તે તેના અભ્યાસમાં કેન્દ્ર સ્થાને છે. તેના સિદ્ધાંતમાં ચર્ચામાં વિનિમય અને સત્તાનાં સંબંધો વચ્ચેનો તાંતણો સળંગ રીતે જોવા મળે છે. અહીં પ્રસ્તુત અભ્યાસનો કેન્દ્રવર્તી વિચાર સભ્યપદની ભૂમિકાના સંદર્ભમાં છે. માટે અભ્યાસમાં સત્તા પ્રાપ્ત કરનાર નોંધપાત્ર લોકો એકબીજાનો પ્રત્યક્ષ અને પરોક્ષ સહકાર લઈને કામગીરી ભજવતાં જણાયા હતા. માટે પ્રસ્તુત અભ્યાસ સભ્યોની કામગીરી તપાસવાનો પ્રયાસ કર્યો છે. તેમજ એક

વર્ગથી બીજા વર્ગમાં આવજા કરે છે. એમનામાં પરસ્પર વ્યકિતગત અને કૌટુંબિક સંબંધ પણ જોવા મળ્યા હતા. અગ્ર વર્ગના સિદ્ધાંતના મુખ્ય પ્રવર્તક ગિટાનો મોસ્કાએ પોતાના પુસ્તક 'The Rolling Class માં અને સી.ડબલ્યું મીલ્સનો પ્રસિદ્ધ પુસ્તક "Power Elites (1939) અગ્રવર્ગના સિદ્ધાંતનો વિકાસ કર્યો છે. બંને વિદ્વાનો એ સ્વીકારે છે કે "અલ્પ સંખ્યક અગ્રવર્ગની શકિત અને સત્તાનો મુખ્ય આધાર તેમની વિશિષ્ટ યોગ્યતા છે. અગ્રવર્ગ બૌદ્ધિક અને નૈતિક ગુણોથી સંપન્ન હોય છે અને સામાન્ય જનતાની અપેક્ષાઓ તેમાં વધારે યોગ્યતા હોય છે. તે વર્ગ પોતાના ઉત્તમ ગુણોના કારણે જ અન્ય લોકો પર શાસન કરે છે. પ્રસ્તુત અભ્યાસમાં અગત્યનો વિષય પંચાયતમાં સત્તાના સંદર્ભમાં છે. અભ્યાસના અવલોકનમાં જણાયું હતું કે સભ્યપદમાં જોડવા પાછળનો મુખ્ય પરિબળોનું વિશ્લેષણ કરતાં માલુમ પડયું છે કે જાહેરજીવનમાં રસ, કાયદો અને શિક્ષણ જ્ઞાતિજૂથ બળ, રાજકીય જૂથ બળ સ્વૈચ્છાઓ જેવા પરિબળો જવાબદાર જણાયા હતા. જે ઉપરોકત અભ્યાસને અનુમોદન

આપે છે. તાલુકા પંચાયતમાં સત્તા સ્થાન પર રહેલા સભ્યપદના સંદર્ભમાં પ્રસ્તુત અભ્યાસ છે.

તેમાં જણાયું કે કેટલાંક ઉત્તરદાતાઓ સત્તામાં સહભાગી બન્યાં છે. પરંતુ વાસ્તવમાં જણાયું કે અભ્યાસ હેઠળના બહુમતી ઉત્તરદાતાઓની પંચાયતમાં સત્તા ગ્રામીણ સમાજમાં પ્રભાવી જ્ઞાતિના લોકો ધરાવતા જણાયા હતા. આ અંગે વિશેષ તપાસ કરતાં માલૂમ પડયું હતું. જે લોકો નિમ્ન આર્થિક સ્થિતિ ધરાવે છે અને આવકના સાધનો મર્યાદિત છે કે બીજા ઉપર આધારિત છે. પ્રસ્તુત અભ્યાસ હેઠળના ઉત્તરદાતાઓની સત્તા તેમના સમાજનાં આર્થિક સમૃદ્ધ વર્ગ અને પ્રભાવી જ્ઞાતિના લોકો ધરાવતા જણાયા હતા. આ જ બાબત ભારતના પ્રખ્યાત સમાજશાસ્ત્રી એમ.એન.શ્રીનિવાસ (૧૯૫૨) માં પ્રભાવી જ્ઞાતિના ખ્યાલમાં જણાવ્યું હતું કે ‘‘જયારે કોઈ જ્ઞાતિ પોતાના સંખ્યાબળના કારણે અન્ય જ્ઞાતિઓ ઉપર વર્ચસ્વ ભોગવતી હોય કે રાજકીય અને આર્થિક સત્તાક્ષેત્રે આગળ પડતું સ્થાન ભોગવતી હોય ત્યારે તેવી જ્ઞાતિને પ્રભાવી જ્ઞાતિ કહેવાય. શ્રીનિવાસ કહે છે કે, કોઈપણ

જ્ઞાતિએ પ્રભાવી બનવા માટે ખેતીની જમીનના સારા એવા ભાગ ઉપર માલિકી ધરાવવી જોઇએ અને સ્થાનિક કોટિક્રમમાં તેનું ઊચું સ્થાન હોવું જોઇએ. પ્રભાવીપણાનાં આ લક્ષણો ધરાવતી જ્ઞાતિ નિર્ણાયક વર્ચસ્વ ભોગવી શકે છે. જ્ઞાતિનું સંખ્યાબળ અને ભૌગોલિક કેન્દ્રીકરણ જ્ઞાતિના પ્રભાવીપણાના મહત્વનાં તત્વો છે. કારીગર જ્ઞાતિઓ પ્રભાવી કદી બની શકતી નથી. કારણ કે આવી જ્ઞાતિઓ પ્રાદેશિક રીતે વેરણછેરણ હોય છે. ખેડૂત જ્ઞાતિઓ કદમાં નાની હોય છતાં જો તેઓ અમુક વિસ્તારમાં કેન્દ્રિત થયેલી હોય તો પ્રભાવી બની શકે છે. આવી જ્ઞાતિ અન્ય વિસ્તારોમાંના પોતાના સ્થાનની સરખામણીએ પોતાના પ્રભાવી બની શકે છે. દરેક રાજયની પ્રભાવી જ્ઞાતિના સંબંધમાં

પોતાની આગવી ઢબ હોય છે. તમિલનાડુમાં આવી અનેક પ્રભાવી જ્ઞાતિઓ છે. જે અમુકવિસ્તારોમાં કેન્દ્રિત થયેલી છે. મહારાષ્ટ્રમાં માત્ર એક મરાઠા જ પ્રભાવી જ્ઞાતિ છે. જયારે મૈસૂરમાંઆ પ્રભાવીપણું લિગાયત અને ઔકકાલિગા વચ્ચે વહેંચાયેલું છે.શ્રીનિવાસ લખે છે કે કેટલીક વખત એક જ ગામડામાં એકથી

વધુ પ્રભાવી જ્ઞાતિઓહોય છે અને સમય જતાં આવી પ્રભાવી જ્ઞાતિ પોતાનો પ્રભાવ ગુમાવી બેસે છે અને બીજીજ્ઞાતિ પ્રભાવી બની જાય છે. શ્રીનિવાસના મતે પ્રભાવીપણાનાં અસર કરતાંપશ્ચિમીકરણ,વહીવટી નોકરીઓ આવકના શહેરી સાધનો વગેરે પરિબળો છેલ્લાં એંશી વર્ષથી ઉદ્ભવ્યાં છે.આ બધા પરિબળોએ જ્ઞાતિને પ્રભાવી બનાવવામાં મહત્વનો ભાગ ભજવ્યો છે. તેઓ જણાવેછે કે ભારતના ગ્રામસમાજના ઘણા મોટાભાગે ખેડૂત-જ્ઞાતિઓ અસરકારક પ્રભાવ ધરાવે છે.સ્વતંત્રતા પછીના ભારતમાં આવેલા પરિવર્તનો એ પ્રકારનાં આવ્યા છે કે ખેડૂત જ્ઞાતિઓની સત્તા અને પ્રતિષ્ઠા વધ્યાં છે. ગામડામાં જે જ્ઞાતિ સંખ્યાબળની દ્રષ્ટિએ પ્રભાવી હોય તે જ્ઞાતિ

સામાજિક રીતે પણ પ્રભાવી હોય જ એવું નથી. આજુબાજુના ગામડામાં પણ જો જ્ઞાતિ પ્રભાવી દરજ્જો ધરાવતી હોય તો જ તે પ્રભાવી જ્ઞાતિ બની શકે. ઉત્તરપ્રદેશના મોહના ગામમાં ઠાકુરો પ્રભાવી જ્ઞાતિ છે. તેનું કારણ તેમનું સંખ્યાબળ નથી. ગામમાં જમીન અને ઊંચું જીવનધોરણ ધરાવતી જ્ઞાતિનાં કુટુંબો ભલે

સંખ્યામાં ઓછાં હોય છતાં તે પ્રભાવી જ્ઞાતિ બની શકે છે. વિસ્તૃત કૌટુંબિક માળખું ધરાવતું જમીનદારનું એક જ કુટુંબ પણ ગ્રામ ઉપર પ્રભાવ પાડીને ગ્રામજીવનની ઢબ નકકી કરવામાં આંતરજ્ઞાતીય સંબંધોમાં નિર્ણાયક ભાગ ભજવતું હોય છે. (કાસ્ટ ઇન મોર્ડન ઇન્ડીયા એન્ડ અધર એસેજ, ૧૯૬૨ : ૨૯૨) પ્રસ્તુત અભ્યાસમાં જણાયું કે ૭૩માં અને ૭૪માં બંધારણીય સુધારાના કારણે પછાતવર્ગ તેમજ આદિવાસી મહિલા સ્થાનિક પંચાયતની સત્તામાં સહભાગી બની છે. તેઓને પણ પરંપરાગત સમાજમાં નેતૃત્વની તક પ્રાપ્ત થઇ છે. આ મહિલાઓ નિમ્ન કૌટુંબિક સામાજિક

દરજ્જો ધરાવતી અને મોટેભાગે નિરક્ષર માલૂમ પડી હતી. તે સત્તા પ્રાપ્ત કરે છે ત્યારે મહિલાઓની વાસ્તવિક સત્તા તો ગ્રામીણ સમાજનાં સમુદ્ધ વર્ગ, ઉચ્ચ જ્ઞાતિઓ અને તેમના કુટુંબમાં વડીલોના હાથમાં જોવા મળી હતી. આજ બાબત ગ્રામીણ સમુદાયમાં સત્તા અને નેતૃત્વની બદલાતી નવી તરાહો વિશેના અભ્યાસોમાં માલૂમ પડી હતી. ગ્રામીણ સત્તા અને નેતૃત્વના

અભ્યાસોમાં ખાસ તો આંન્દ્રે બેતાઇ (૧૯૧૮), એ.સી.દુબે (૧૯૨૨) અને એ.સી.મેયર (૧૯૨૬) ના મતે ઉચ્ચ જ્ઞાતિઓના કુટુંબના વડીલો ગામડામાં સત્તા ધરાવતા જણાયા હતા.

૬. સામાજિક સંશોધનમાં અભ્યાસ હેઠળનાં ઉત્તરદાતાઓની સામાજિક-આર્થિક પાર્શ્વભૂમિકા

પાર્શ્વભૂમિકા વિવિધ ક્ષેત્રોમાં તેની કામગીરીને પણ નિર્ણાયક રીતે પ્રભાવિત કરે છે. જયારે કોઇપણ સામાજિક ઘટના કે સામાજિક સમસ્યાઓનો સમાજશાસ્ત્રીય અભ્યાસ કરીએ ત્યારે તેનો યથાર્થ ખ્યાલ મેળવવા માટે તેની સામાજિક-આર્થિક પાર્શ્વભુમિકાની અર્થપૂર્ણ સમજ મેળવવી જરૂરી છે. આ સમજ જે તે સામાજિક ઘટના કે સમસ્યાથી વધુ સ્પષ્ટ માહિતી પુરી પાડે છે. આ ભૂમિકાને અનુલક્ષીને પ્રસ્તુત અભ્યાસનો એક મુખ્ય હેતુ અભ્યાસ હેઠળના ઉત્તરદાતાઓની સામાજિક-આર્થિક પાર્શ્વભૂમિકા તપાસવાનો છે. આ હેતુના સંદર્ભમાં અભ્યાસ હેઠળનાં ઉત્તરદાતાઓની ઉંમર, વૈવાહિક દરજ્જો, શિક્ષણ, કુટુંબનું કદ અને પ્રકાર, જ્ઞાતિ, ધર્મ, કૌટુંબિક આવક, મકાનનો

પ્રકાર, વ્યવસાય અને ભૌતિક સુવિધાઓ વગેરેનો સમાવેઈ કરેલ છે. પ્રસ્તુત પ્રકરણમાં ઉત્તરદાતાઓની સામાજિક-આર્થિક પાર્શ્વભૂમિકાની માહિતી રજૂ કરવાનો પ્રયાસ કર્યો છે, જે આ પ્રમાણે છે.

વય કે ઉંમર શારીરિક પરિબળ છે. વ્યકિતની વય વધવાની સાથે તેના દરજ્જામાં પણ ફેરફાર થાય છે. બાલ્યાવસ્થા, યુવાવસ્થા અને વૃદ્ધાવસ્થા જેવી મુખ્ય ત્રણ દરજ્જા અવસ્થાઓ ઉંમર પર રચાયેલી છે. વયજુથ જૈવિક અને સમાજશાસ્ત્રીય મહત્વ ધરાવે છે. વય વધવા સાથે અનુભવનું ક્ષેત્ર, પરિપકવતા, મૂલ્યો, ધોરણો અને સાથે વિચારસરણીની સજ્જતા અને તેમાંથી ઉદ્‌ભવતું વર્તન જે વર્તનની તરાહ અને મૂલ્યનાં સંદર્ભમાં અલગ-અલગ હોય છે. આ બધા સાથે ગાઢ સહસંબંધ ધરાવે છે. સામાન્ય રીતે યુવાન વય સાથે પ્રગતિશીલ તથા આધુનિક વિચારો તેમજ કાર્યશકિત અને કાર્યક્ષમતા સંકળાયેલા છે. જયારે વૃદ્ધ વયનાં સભ્યો સાથે પરંપરાગત અને રૂઢિચુસ્ત વિચારો-વલણો તેમજ કાર્યશકિત તેમજ કાર્યક્ષમતા સંકળાયેલા છે. આ

રીતે જોતા સભ્યપદની ભૂમિકા તેઓની ઉંમર દ્વારા પ્રભાવિત થતી હોય છે. આવા જ સંદર્ભમાં પ્રસ્તુત અભ્યાસ હેઠળના ઉત્તરદાતાઓની વયજૂથ તપાસવાનો પ્રયાસ કર્યો છે.

જી.રામ.રહ્રેડ્ડીએ (૧૯૬૪:૧૭૭) અગાઉ આંધ્રપ્રદેશમાં પુરુષ સરપંચોના અભ્યાસમાં ૪૦ થી ૫૦ વર્ષની વય ધરાવતા પુરુષ સરપંચોનું પ્રમાણ વધુ (૬૭.૭%) હોવાનું નોધ્યું છે. પુરુરુરણમલ યાદવે (૨૦૦૫:૧૪૨) રાજસ્થાન રાજયના સંદર્ભમાં પંચાયતી રાજ અને દલિત વિષય પર મહિલા સરપંચોના અભ્યાસમાં ૩૫ થી ૪૫ વર્ષની વય ધરાવતા મહિલા સરપંચોનું પ્રમાણ (૫૬%) હોવાનું નોધ્યું છે. આ બન્ને અભ્યાસોના તારણો પ્રસ્તુત અભ્યાસના તારણનું સમર્થન કરે છે. ઉપર્યુકત માહિતીના આધારે એમ કહી શકાય કે પ્રસ્તુત અભ્યાસમાં યુવાન વયના ઉત્તરદાતાઓનું પ્રમાણ ઓછું જોવા મળ્યું છે. તેનું કારણ એ છે કે પંચાયતની કામગીરીના અનુભવોનો અભાવ, આર્થિક પ્રશ્ન, રાજકીય પક્ષોનું પ્રભુત્વ વગેરે છે. જે આ હોદ્દા સંભાળવાથી વિમુખ રાખતા હોવાનું પ્રતિબિંબિત થાય છે. પ્રસ્તુત અભ્યાસ

હેઠળનાં ઉત્તરદાતાઓમાં મધ્યમ અને પ્રૌઢ વયજુથનાં સભ્યોનું પ્રમાણ સવિશેષ છે. તેનું કારણ પુખ્તતા, નિર્ણય લેવામાં પ્રતિબદ્ધતા તથા કાર્યશીલ વિચારસરણી વિશાળ અનુભવનો પરિપાક, રાજકીય પક્ષ સાથે ઘેરાબો હોય છે. આથી સુચવી શકાય છે કે તેઓ તાલુકા પંચાયતના ગ્રામીણ વિસ્તારના વિકાસમાં કાર્યાત્મક ભૂમિકા ભજવી શકશે.

સમાજમાં વ્યકિત વિવિધ પ્રકારના દરજ્જા ધરાવે છે. વ્યકિતનો લગ્ન વિષયક દરજ્જો જાણવાથી તે વ્યકિત પરણિત છે કે અપરણિત છે કે વિધુર તેનો ખ્યાલ આવી શકે છે. વ્યકિતનો લગ્નવિષયક દરજ્જો તેનું સમાજમાં કે કુટુંબમાં સ્થાન દર્શાવવાની સાથે સાથે તેની સામાજિક જવાબદારીનું ફલક પણ સુચવે છે. પ્રસ્તુત અભ્યાસમાં ઉત્તરદાતાઓનું લગ્ન વિષયક દરજ્જાને નીચે મુજબના કોષ્ટકમાં વર્ગીકરણ દ્વારા જાણવાનો પ્રયત્ન કર્યો છે

૭. મહિલા સભ્ય તથા હોદ્દેદારોના અભ્યાસો :

લોકશાહી વિકેન્દ્રીકરણની પ્રક્રિયાના ભાગ તરીકે લોકભાગીદારીને અસરકારક બનાવવા માટે સ્વ. રાજીવગાંધીનું સ્વપ્ન હતું કે લોકોનાં હાથમાં સત્તા અને સત્તાનું વિકેન્દ્રીકરણ. જે ભારતીય બંધારણમાં ૭૩માં સુધારાનો કાયદો તા. ૨૪-૪-૧૯૯૩ ના રોજ અમલમાં મૂકાયો. જે મહિલાઓને સ્થાનિક પંચાયતોમાં ૩૩ ટકા અનામત સ્થાન આપે છે. પંચાયતીરાજના વિકાસમાં આ સુધારો અનેરી સિદ્ધી ગણાવી શકાય. આ સુધારાનો મુખ્ય ઉદ્દેશ્ય ગામડાના નબળા સમુદાયો ખાસ કરીને દલિત તેમજ આદિવાસી મહિલાઓ સુધી સત્તા પહોંચે તે છે કે જેઓ સત્તા અને વિકાસની પ્રક્રિયાથી વિમુખ રહ્યા છે. આ સુધારાને પરિણામે અનુસૂચિત જાતિ અને અનુસૂચિત જનજાતિની મહિલાઓને પણ સ્થાનિક પંચાયતોમાં સત્તા સ્થાન પ્રાપ્ત કરવાની સૈદ્ધાંતિક તક ઉભી થઇ છે તો વાસ્તવમાં સમાજનાં નબળા સમૂહોમાં પણ નબળો સમૂહ એવી અનુસૂચિત જાતિની મહિલાઓને સ્થાનિક પંચાયતોમાં

મળેલ અનામતની તકને વ્યવહારિક રીતે કેટલે અંશે સફળતા હાંસલ થઇ શકી છે ? પરંપરાગત ભારતીય સમાજમાં તો અનુસૂચિત જાતિઓને સૈકાઓથી અસ્પૃશ્ય ગણીને તેને નાગરિક તરીકેનાં અધિકારો ભોગવવાથી પણ વંચિત રાખવામાં આવતી હતી. વર્તમાન સમયમાં પણ ગ્રામીણ વિસ્તારોમાં ખાનગીક્ષેત્રોમાં તેમજ ૫૦% જેટલી ગ્રામપંચાયતોમાં અસ્પૃશ્યતાનું આચરણ થતું જોવા મળે છે. તેવું ડૉ. આઇ.પી.દેસાઇનાં ગુજરાતમાં અસ્પૃશ્યતા અંગેનાં અભ્યાસમાં જોવા મળ્યું છે. વળી અનુસૂચિત જાતિની મહિલાઓને ઘરકામની સાથે સાથે પતિની આર્થિક પ્રવૃત્તિમાં મદદ કરવાની, બાળઉછેરની જવાબદારી, સંઘર્ષમય જીવન, વ્યાપક નિરક્ષરતા, પ્રભાવી વર્ગોનો વિરોધ, આ ક્ષેત્રમાં સંકોચ અને ગભરાટ જેવા કારણો તેમના વિકાસમાં અવરોધો ઉભા કરે છે.

પ્રો. રમેશેશકુમાર એચ. મકવાણાએ ‘અનુસિચત જાતિની મહિલાઓનું નેતૃત્વ’ એક સંશોધનાત્મક દ્રષ્ટિપાત એવો એક અભ્યાસ કર્યો છે. જેમાં જૂનાગઢ જિલ્લાની ૧૮૦ ગ્રામ પંચાયતોમાં અનુસૂચિત જાતિની ૨૮ મહિલા સરપંચો છે. તેને

પોતાના અભ્યાસમાં પસંદ કરી છે. આ મહિલા સરપંચોની સામાજિક આર્થિક સ્થિતિ જોઇએ તો...

* ઉંમરની દ્રષ્ટિએ ૪૬.૪૩% મહિલાઓ ૩૧ થી ૪૦ વર્ષની, ૨૮.૫૭ ટકા ૪૧ વર્ષ કે તેથી વધુ વયની, ૨૫ ટકા મહિલાઓ ૨૧ થી ૩૦ વર્ષની વય ધરાવતી હતી.

* શિક્ષણની દ્રષ્ટિએ જોઇએ તો ૫૦ ટકા મહિલાઓ નિરક્ષર, ૩૨.૧૪ ટકા પ્રાથમિક શિક્ષણ, ૧૭.૮૬ ટકા ઉચ્ચ શિક્ષણ પ્રાપ્ત કરેલી હતી.

* વ્યાવસાયિક દ્રષ્ટિએ જોઇએ તો ૨૧.૪ ટકા મહિલાઓ ખેતી વિષયક, ૧૭.૮૬ ટકા મહિલાઓ ઘરકામ તથા અન્ય ખેતમજૂરનાં વ્યવસાયમાં સંકળાયેલી હતી.

* કૌટુંબિક વાર્ષિક આવકની દ્રષ્ટિએ ૫૭.૧૪ ટકા મહિલા સરંપચોની કુટુંબની વાર્ષિક આવક રૂા. ૧૧૦૦૦ કે તેથી ઓછી, ૨૭ ટકા કુટુંબોની વાર્ષિક આવક રૂા. ૧૧૦૦૧ થી ૨૧,૦૦૦, ૧૭.૮૬ ટકા કુટુંબોની વાર્ષિક આવક રૂા. ૨૧૦૦૧ કે તેથી વધુ હતી.

* કુટુંબના પ્રકારના સંદર્ભમાં ૭૫ ટકા મહિલાઓ વિભકત કુટુંબમાંથી ૨૫ ટકા મહિલાઓ સંયુકત કુટુંબમાંથી આવતી હતી.

* સાંસારિક દરજજાની દ્દષ્ટિએ તમામ મહિલા સરપંચો પરણીત હતી. આ અભ્યાસનાં મુખ્ય તારણોમાં એ બાબત જોવા મળી હતી કે ૬૦ ટકા મહિલાઓ પોતાના પતિ પુત્ર, કુટુંબ તેમજ વડીલોનાં આગ્રહથી, ૨૫ ટકા મહિલા ગામની પ્રભાવી જ્ઞાતિ કે સમૃદ્ધ વર્ગનાં ટેકાથી-ઈચ્છાથી, ૧૫ ટકા સ્વેચ્છાએ સરપંચ બન્યા હતા.

વિશાળ બહુમતી હરિજન મહિલા સરપંચોને સરપંચની ભૂમિકા ભજવવામાં સ્થાનિક પ્રભાવી જ્ઞાતિ, જ્ઞાતિ, રાજકારણ, આર્થિક સમૃદ્ધ જૂથો અને સ્થાપિત હિતો, નિમ્ન આર્થિક સ્થિતિ, અસ્પૃશ્યતા, મુશ્કેલીરૂપ જણાયા હતા. નોંધપાત્ર મહિલા સરપંચોને નિરક્ષરતા, આ ક્ષેત્રમાં અનુભવનો અભાવ, કૌટુંબિક જવાબદારી, વિશેષ પંચાયત સમિતિના સવર્ણ પુરુષ સભ્યોનો સંઘર્ષ તથા ધોરણો અને ખેલદીલી સિવાયની સ્પર્ધા, સપાટી પરનો સહકાર જેવી બાબતો સમસ્યારૂપ જણાઈ હતી. ઉપર્યુકત અભ્યાસો ગ્રામપંચાયતના સભ્યો, પુરૂષ સરપંચો તથા મહિલા

સરપંચોની કેવળ સામાજિક-આર્થિક સ્થિતિનો સર્વેક્ષણાત્મક ખ્યાલ આપે છે અને તેમાંના મોટાભાગના અભ્યાસોમાં મર્યાદિત સમષ્ટિને લક્ષમાં રાખેલ છે. માટે પ્રસ્તુત અભ્યાસમાં પંચાયતીરાજનો ઉદ્ભવ, વિકાસ અને વહીવટી માળખું, તાલુકાપંચાયતના સભ્યો સામે ઉપસ્થિત પ્રશ્નો, સભ્યોની પ્રવેશની તરાહ, કામગીરી અને સમસ્યાઓ વગેરેના સર્વાંગિક પાસાંને ખાસ દાહોદ અને પંચમહાલ જિલ્લાના સંદર્ભમાં સમાજશાસ્ત્રીય પરિપ્રેક્ષ્યમાં તપાસવામાં આવ્યા છે. આથી આ સંદર્ભમાં પ્રસ્તુત અભ્યાસ મહત્વનો છે.

ભારતીય સમાજ અલ્પવિકસિત સમાજમાંથી વિકસતા સમાજમાં રૂપાંતર પામી રહ્યો છે. કૃષિનિર્ભર સમાજમાંથી ઔદ્યોગિક સમાજમાં રૂપાંતર પામી રહ્યો છે. સામાજિક રૂપાંતરણની આ પ્રક્રિયામાં ભારતીય સમાજમાં પછાતપણું ગરીબી, બેકારી, ભિક્ષા, વ્યવસાય, સામાજિક અસમાનતા, વસ્તીવૃદ્ધિ, શિક્ષણનો અપવ્યય, ગંદા વસવાટો તથા સ્ત્રી

જીવનની અનેકવિધ સમસ્યાઓ ઉદ્ભવે-વિકાસ પામી છે. આ સમસ્યાઓનો સાંસ્કૃતિક આધાર રહેલો છે. શુદ્ધ અને વ્યવહારલક્ષી સામાજિક સંશોધનો છે. આ બધી સમસ્યાઓનો ઉદ્ભવ, સ્વરૂપ, પરિમાણો અંગેની વૈજ્ઞાનિક સમજ પૂરી પાડે છે. આ વ્યવહારી સંશોધનો સમસ્યાઓના ઉકેલના માર્ગ સૂચવવાની ક્ષમતા પણ ધરાવે છે. એજ રીતે ભારતે આયોજિત સામાજિક પરિવર્તન માટેના કે કલ્યાણ રાજયની પ્રવૃત્તિઓ અંગેના વિવિધલક્ષી કાર્યક્રમો હાથ ધર્યા છે. સામાજિક સંશોધનો આ કાર્યક્રમોના પરિણામો તપાસે છે. તેમાં કયા અવરોધો નડે છે તે પણ તે દ્વારા તપાસી શકાય છે. એ અવરોધો કઇ રીતે દુર કરી શકાય તે અંગે વ્યવહારલક્ષી સંશોધનો ઉપયોગી જ્ઞાન પૂરું પાડી શકે તેમ છે. આ દ્રષ્ટિએ જોતાં ભારતમાં સામાજિક સંશોધનોનું ઘણું મહત્વ છે. ડૉ. એ.આર.દેસાઇ યોગ્ય જ લખે છે, "સમાજજીવનમાં શોધ સમજ પૂર્વકનો ફેરફાર કરવો હોય તો સમાજશાસ્ત્ર વિના ચાલે નહીં. વર્તમાનકાલીન સમાજનાં દુષણોની ઉત્પત્તિ તેની સંરચનાના હાર્દમાંથી થતી હોય તે અને

તેનું નિવારણ તેના વિકાસ-વલણોએ નકકી કરેલા ઉપાયો દ્વારા જ થઇ શકે. કાર્યક્રમના મંડાણ વિદ્યમાન સમાજમાં પ્રવર્તતી સ્થિતિ અને તેના વલણોના શુદ્ધ સમાજશાસ્ત્રીય વિશ્લેષણ તથા તેમાં પ્રવર્તતા પરિબળોના યથાર્થ મૂલ્યાંકનરૂપી પીઠિકા પર મંડાવા જોઇએ. જેમ કોઇ દાકતરને પોતાના વ્યવસાયમાં ઔષધ વિજ્ઞાન વિના ચાલે નહિ તેમ સમાજ પુનઃરચનાના કાર્યમાં પ્રવૃત્ત થયેલા હર કોઇને સમાજવિજ્ઞાનના પર્યાપ્ત જ્ઞાન વિના ચાલવાનું નથી.''

લોકશાહી વિકેન્દ્રીકરણની પ્રક્રિયાના એક ભાગ તરીકે લોકભાગીદારીને અસરકારક બનાવવા માટે પંચાયતી રાજના ત્રિસ્તરીય માળખામાં તાલુકા પંચાયત વચલા સ્તરનું એકમ છે. તેમાં ખાસ કરીને પંચાયતમાં સભ્યપદ માટે કેટલીક જોગવાઇ રખાય છે. તે વાસ્તવિક સ્વરૂપે કેટલે અંશે મૂર્તિમંત થઇ છે તે અંગેની વાસ્તવિક અને વૈજ્ઞાનિક જાણકારી પ્રસ્તુત અભ્યાસ આપશે. પ્રસ્તુત અભ્યાસના સંદર્ભમાં તાલુકા પંચાયતના ગ્રામીણ વિસ્તારના સ્તરે સત્તા માટેનું મહત્વનું પરિબળ છે. આથી,

પંચાયત દ્વારા કેટલા અંશે ગ્રામીણ વિસ્તારનો વિકાસ થાય છે તથા તેમની સામે ગ્રામીણ વિકાસ માટે કયા કયા અવરોધો વિદ્યમાન છે તેની વૈજ્ઞાનિક અને વાસ્તવિક જાણકારી પ્રસ્તુત અભ્યાસ દ્વારા જાણવા મળશે. તદ્ઉપરાંત ગ્રામીણ વિસ્તારના વિકાસ માટેની સરકારની વિવિધ વિકાસલક્ષી યોજનાઓમાં ગ્રામીણ વિકાસમાં પંચાયતી રાજનું શું યોગદાન છે ? તે વિશેની વસ્તુલક્ષી માહિતી મેળવવામાં પ્રસ્તુત અભ્યાસ ઉપયોગી થશે. પ્રસ્તુત અભ્યાસમાં સભ્યપદ અને તાલુકા પંચાયત સંબંધિત સમસ્યાઓનું વૈજ્ઞાનિક વિશ્લેષણ કરી તેના કારણો અને પરિણામો તપાસી તે અંગેના સિદ્ધાંત સ્થાપવામાં કે પ્રવર્તમાન સિદ્ધાંતને વિસ્તૃત કરવામાં ઉપયોગી બને છે. એટલું જ નહિ પ્રસ્તુત અભ્યાસ પંચાયતમાં નેતૃત્વની સમસ્યાઓનું વર્ણન અને વિશ્લેષણ પણ કરે છે. સભ્યપદને લગતી વર્તમાન નીતિ કે કાર્યક્રમોના શું ફેરફાર કરવા અને નવા કયા કાર્યક્રમો કે નીતિ અમલમાં મૂકવા તે અંગે માર્ગદર્શન પૂરું પાડે છે. આમ પંચાયતના સભ્ય અસરકારક ભૂમિકા ભજવી શકે તે અંગે

આયોજનકારોને તેમજ વિકાસ કાર્યક્રમોનો અમલ કરનારને પ્રસ્તુત સંશોધનના તારણોમાંથી વૈજ્ઞાનિક સૂઝ મળી રહેશે.

સામાજિક સંશોધન એક પ્રક્રિયા છે. આ પ્રક્રિયાના પ્રારંભથી અંત સુધીમાં વિવિધ બાબતોનું કાળજીપૂર્વક ધ્યાન આપવાનું હોય છે. સાથોસાથ નાણાં, પૈસા તથા સંશોધનના હેતુને લક્ષમાં રાખી સંશોધન કરવાનું હોય છે. આ સંદર્ભમાં પ્રત્યેક સંશોધકની કેટલીક મર્યાદાઓ રહેલી હોય છે. તેમ પ્રસ્તુત સંશોધનમાં પણ કેટલીક મર્યાદાઓ રહી જવા પામી છે. જે આ મુજબ છે.

પ્રસ્તુત અભ્યાસ દાહોદ અને પંચમહાલ જિલ્લાના તાલુકાપંચાયતના સભ્યોના સંદર્ભમાં છે. તેથી ગુજરાત અને ભારતના અન્ય રાજયોને જિલ્લા પંચાયતના સભ્યોને પ્રસ્તુત અભ્યાસના તારણો લાગુ પાડવા મુશ્કેલ બની શકે છે. પ્રસ્તુત અભ્યાસ પંચાયતના સભ્યોની કામગીરીને તપાસે છે. માટે પંચાયતના સભ્યોના અન્ય સર્વાંગિક પાસાંઓને સર્વગ્રાહી રીતે સમજાવવા મુશ્કેલ છે.

વૈજ્ઞાનિક પ્રયુકિતનો ઉપયોગ કરીને સંશોધક માહિતી મેળવે છે. પરંતુ આ માહિતી કે હકીકતોને જયારે તેમની વચ્ચેના તાર્કિક સંબંધના આધારે જોડવામાં આવે છે ત્યારે તે અર્થપૂર્ણ બને છે. હકીકતોનું વર્ગીકરણનું સ્વરૂપ કેવું હશે તેનો આધાર અભ્યાસના સ્વરૂપ પર મેળવેલી હકીકતોની ચોકસાઈ અને પૂર્ણતા પર અને હકીકતો વિશે સંશોધકની સૂઝ પર રહે છે. મુલાકાત અનુસૂચિના આધારે કોડબુક બનાવી માહિતીનું કોર્ડીંગ કર્યુ. કુલ ત્રણ કાર્ડમાં સમગ્ર માહિતી સમાવવામાં આવી છે. દરેક પ્રકારની માહિતીમાં અલગ-અલગ ગણતરી કરીને તેનું આંકડાકીય પ્રમાણ તૈયાર કર્યુ છે તેમજ માહિતીનું વર્ગીકરણ કરી તેના પરથી અર્થઘટનો તારવવામાં આવ્યાં છે.